GIẢNG GIẢI
KINH ĐẠI BI TÂM ĐÀ-LA-NI

Pháp cao siêu mầu nhiệm
Duyên may được thọ trì
Nguyện đi vào biển tuệ
Tinh thông nghĩa huyền vi.

GIẢNG GIẢI
KINH ĐẠI BI TÂM ĐÀ-LA-NI

Tỳ-kheo THÍCH HUYỀN CHÂU

Hiệu đính: Nguyễn Minh Tiến
Ghi lại lời giảng: Phật tử Diệu Vi
Biên tập: Phật tử Quang Tâm - Lã Minh Hằng
Trình bày: Nguyễn Minh Tiến
Thiết kế bìa sách: Phan Thị Sao Mai

Nhà xuất bản Liên Phật Hội (United Buddhist Publisher)
xuất bản lần thứ nhất tại Hoa Kỳ - Tháng 2/2020

ISBN-13: 979-8-6343-4626-7

VIỆN PHẬT HỌC BỒ-ĐỀ PHẬT QUỐC

TỲ-KHEO THÍCH HUYỀN CHÂU

GIẢNG GIẢI
KINH ĐẠI BI TÂM ĐÀ-LA-NI

NHÀ XUẤT BẢN LIÊN PHẬT HỘI

UNITED BUDDHIST PUBLISHER

MỤC LỤC

PHẦN I: KHỞI GIÁO NHÂN DUYÊN

Ở cõi Cực Lạc có thai sinh không? Trên cõi Cực Lạc có vùng gọi là biên địa[1]. Tại vùng biên địa đó, chúng sanh được thai sinh trong lầu vàng điện các. Đây là điểm chúng ta cần lưu ý. Phần cuối cùng trong quyển thứ 18, thuộc Tập 1[2] của Kinh Đại Bảo Tích có một đoạn ghi về giáo lý này. Tại đây, đức Phật nói rất rõ: người được thai sinh trong cung điện (chứ không phải thai sinh ở trong lòng mẹ). Nghĩa là khi chết, họ được sinh ra ở trong cung điện. Cung điện đó chính là nhà của họ và ở đó họ không được gặp Phật, không được nghe pháp, không được gần gũi các vị A-la-hán, giống như họ bị giam hãm trong nhà tù vậy.

1.Nhân duyên tầm cầu lĩnh hội Phật trí

Vị Thái tử con trời Đế Thích bị bắt giam trong ngục. Trong ngục đó, xiềng xích đều bằng vàng, tường trát bằng

---

[1] Vùng biên địa của Tịnh độ Cực Lạc cũng được gọi là Nghi thành (thành ngờ vực), là Thai cung (cung đầu thai). Những người tu các công đức mà lòng còn ngờ vực, không đủ niềm tin thì sau khi chết sinh về nơi biên địa này, trong 500 năm không được thấy nghe Tam bảo. Tuy nhiên, sau 500 năm đó họ sẽ có cơ hội đến trước Phật A-di-đà, được nghe pháp, ngộ đạo.

[2] Kinh Đại Bảo Tích (大寶積經) do ngài Bồ-đề-lưu-chí Hán dịch vào đời Đường, gồm 120 quyển, được xếp vào Đại Chánh Tạng thuộc Tập 11, kinh số 310. Bản Việt dịch của Hòa thượng Thích Trí Tịnh có bổ sung thêm một số Pháp hội từ các bản kinh khác, gộp chung lại và phân chia thành 9 tập. Phần nội dung chúng tôi đề cập ở đây nằm về cuối Tập 1, trong đó có câu: "Các chúng sanh ấy vì nghi hoặc Phật trí mà sanh trong cung điện thất bảo, không có hình phạt, cũng không có một niệm ác sự, chỉ trong vòng năm trăm năm chẳng thấy Tam bảo."

pha lê xà cừ, mã não, san hô, hổ phách. Tuy bị giam vào nơi mà xiềng xích bằng vàng, tường nhà bằng thất bảo trang nghiêm, nhưng Thái tử không thích, bởi đó là tù ngục. Cũng vậy, chúng sanh ở vùng biên địa cõi Cực Lạc, tất nhiên họ không hề thích ở trong lầu vàng điện các đó, tâm của họ muốn được gặp Phật, gặp Pháp, gặp Tăng, gặp thiện thần.

Một điều hiển nhiên là, mọi việc đều tuân theo quy luật nhân quả: có nhân ắt có quả, và ngược lại. Mọi việc hoàn toàn không phải tự nhiên mà sinh ra. Vậy tại sao thiên chúng ở đó lại ở trong hoàn cảnh đó? Tuy có tụng kinh, niệm Phật, ngồi thiền, và làm đủ thứ việc công quả trong chùa, nhưng họ không lĩnh hội được Phật trí. Nhờ công đức niệm Phật, nhờ làm việc phước thiện, nên cũng được sinh ở tại cõi Cực Lạc nhưng không gặp được Phật, Pháp, Tăng. Bởi vậy, họ không lĩnh hội được Phật trí. Vậy khi nào họ được gặp Phật, Pháp, Tăng? Chỉ khi trong tâm họ khởi niệm muốn lĩnh hội Phật trí. Tự nhiên, lúc đó, họ sẽ thoát khỏi lầu vàng điện các đó và được sinh thẳng ở trong nước Cực Lạc, ở trong hoa sen, được gặp Phật nghe pháp. Đó là điều kiện.

Vậy làm sao để chúng ta có được Phật trí? Chúng ta phải đi dự pháp hội. Nếu không học Phật pháp làm sao các vị lĩnh hội được Phật trí? Nhân nào thì quả đó, nên Thầy khuyên Phật tử nên gắng học Phật pháp. Đành rằng vào chùa làm công quả, niệm Phật tinh tấn, tụng kinh... đều tốt, có nhiều phước; nhưng nếu không học Phật pháp, không lĩnh hội được Phật trí thì quả là uổng phí cho cuộc đời của mình.

Xin lấy ví dụ như thế này: một con ngựa được người chủ nuôi nhốt trong chuồng. Khi nhà bị cháy, người chủ không kịp cứu, đến nơi thì thấy nó bị chết trong đám cháy. Là bởi sao? Bởi, nó thiếu khả năng sinh tồn, được con người nuôi dưỡng, cho ăn uống đầy đủ, nhưng lại không được luyện tập chạy (khả năng chạy trên đường đua không được rèn luyện). Hoặc như, một người được cha mẹ nuôi dưỡng đầy đủ, không bao giờ lo thiếu tiền, và việc có việc làm hay không cũng không quan trọng (vì vẫn có đầy đủ tiền của, vật chất). Thế là việc học hay không học không còn ý nghĩa gì với họ. Các vị thử so sánh vị này với một người luôn không chấp nhận số phận của mình, họ nỗ lực bằng mọi cách: phấn đấu học tập, cần mẫn lao động để vươn lên. Hai người này, hai khả năng sinh tồn hoàn toàn khác nhau.

Cũng vậy, trên cõi Cực Lạc tu mười năm bằng ở cõi này tu một ngày. Bởi vì sao? Bởi vì, cõi đó không có việc ác, nên không có cơ hội để thi triển việc diệt ác, làm lành. Kết quả của tu hay không tu, vì vậy, khó có thể hiển thị rõ. Mức độ tiến bộ trong tâm của họ là như vậy. Các vị ở đây thì sao? Phải phấn đấu nỗ lực thật nhiều, gạt bỏ đi rất nhiều những cám dỗ đời thường. Nếu các vị không gạt bỏ, Thầy tin chắc, các vị không đến pháp hội được. Cuộc sống chúng ta có rất nhiều thứ bao vây, có rất nhiều thứ ràng buộc: ràng buộc từ trong chính ngôi nhà của mình, từ trong thế gian, thậm chí ngay cả khi đến chùa để tu tập... mình cũng bị ràng buộc trong đó nữa. Cho nên, đừng để bị trói buộc bởi những hoàn cảnh như vậy. Đã phát tâm học Phật pháp, chúng ta quyết định gạt bỏ mọi sự trói buộc.

Có một điểm, mà theo sở học của Thầy thì chưa thấy ghi trong sách. Đó là tu hành Lục Ba-la-mật[1] ở trong một niệm. Các vị đã nghe điều đó chưa? Lục Ba-la-mật ở trong

[1] Lục ba-la-mật (六波羅蜜 ṣaḍ-pāramitā), tức sáu pháp ba-la-mật-đa. Ba-la-mật hay ba-la-mật-đa đều là phiên âm từ Phạn ngữ pāramitā, Hán dịch là độ (度), nghĩa là vượt qua, cho nên cũng có khi gọi là Lục độ (六度).

một niệm được thể hiện như thế nào? Đó là một sự tu tập, một sự quán chiếu, một sự nghiền ngẫm. Những điều trình bày ở đây, đều xuất phát từ nội tâm và sự trải nghiệm của chính bản thân Thầy (Thầy không trình bày các ghi chép trên sách vở). Tất cả đều rút ra từ thời gian ngồi yên quán chiếu niệm niệm sinh diệt.

2. Lục Ba-la-mật là gì?

Lục Ba-la-mật là pháp tu của hàng Bồ tát, gồm sáu phương tiện đưa người qua bờ bên kia, tức từ bờ mê qua bờ giác, gồm: Bố thí Ba-la-mật, Trì giới Ba-la-mật, Tinh tấn Ba-la-mật, Thiền định Ba-la-mật, Nhẫn nhục Ba-la-mật và Trí tuệ Ba-la-mật.

Nếu như các vị còn tham công tiếc việc, tham giữ những mối quan hệ xã hội, không buông bỏ những tình cảm gia đình con cái, cố giữ những chuyện này chuyện kia, vẫn còn tham luyến thế gian này, đó không phải là bố thí, đúng không? Các vị chấp nhận bỏ đi những khiếm khuyết đó, bỏ đi những sự ràng buộc đó, gạt bỏ những sở hữu về thân nhân, về tình cảm, nhà cửa, tiền của... quyết định tới đây để học đạo. Đó không phải là bố thí thì là gì? Và đích đến cuối cùng của bố thí là đâu? Tới thành tựu viên mãn. Nhiều người đã có suy nghĩ đến đây dự pháp hội, nhưng sau một thời gian khoảng sáu bảy tháng hoặc là ba bốn tháng trời, bắt đầu thấy tâm bị xói mòn đi. Có thể do gia duyên ràng buộc, không gạt bỏ được. Như vậy thì sao gọi là bố thí?

Đã là Phật tử, phải phát tâm học pháp, giữ giới trang nghiêm, đến đạo tràng cũng là một hình thức tu tập giữ giới. Giới là thanh lương, là mát mẻ. Bản chất của giới là làm lành, lánh dữ. Vậy mà còn luyến ái thế gian, không quyết lòng từ bỏ để hướng tới sự giác ngộ vĩnh viễn? Đó không thể gọi là trì giới được. Cho nên, trong giới Bồ tát quy định, chỗ nào có giảng pháp Đại thừa, nhất là kinh điển Đại thừa mà không đi học, đó là phạm giới Bồ tát.

Nếu các vị không siêng năng, không thức khuya dậy sớm sắp xếp công việc nhà thì các vị cũng không thể đến đây để tu tập được. Gọi là không có tinh tấn vậy.

Và khi gặp những nghịch cảnh, những điều thị phi, chuyện Đông chuyện Tây, nếu mình không ẩn nhẫn thì sẽ nổi tức lên, buồn chán. Và thế là không đi dự pháp hội. Đó chẳng phải là không nhẫn nhục sao?

Dĩ nhiên đến đây học thì phải siêng năng tinh tấn rồi. Cuộc đời này giả tạm vô cùng, nó trôi đi thật nhanh. Thưa quý vị! Quý vị đã biết mình sẽ đi về đâu chưa? Cứ nghĩ rằng ngày mai mình vẫn sẽ còn mãi trong cuộc đời này? Một người có trí tuệ thì luôn lo sợ rằng, sau khi từ bỏ thế gian này họ sẽ đi về đâu. Nhưng, chuyện đó, đạo lý đó đâu phải ai cũng hiểu được. Tại sao mình không giác ngộ được, vẫn còn bị mê đắm.

Biết đường đi là chuyện bình thường. Nhưng chưa biết đường đi thì ắt sẽ lo sợ. Người trí biết sinh tử là nguy hiểm. Sinh đâu? Về đâu? Không biết thì phải lo sợ. Khi lo sợ thì quyết định cầu giác ngộ Vô thượng Bồ-đề. Cầu giác ngộ Vô thượng Bồ-đề, đó chính là cầu Phật trí. Cầu Phật trí thì mới giải quyết được cái u tối của mình.

Khi bố thí, làm điều phước thì nên hồi hướng. Nhưng sự hồi hướng sẽ hướng đến đâu? Nếu như hồi hướng đến cho bản thân mình, cho gia đình mình thì tâm của mình sẽ hướng tới đâu? Sẽ chỉ hướng tới gia đình của mình, chỉ gói gọn trong phạm vi là người thân của mình. Nếu mình hồi hướng cho cửu huyền thất tổ, thì tâm cũng chỉ giới hạn trong cửu huyền thất tổ của mình thôi. Tâm của mình tới đó thì phúc của mình cũng tới đó; phúc tới đó thì, khi mọi thứ tan hoại, tất cả mọi thứ cũng tan rã theo. Bố thí, cầu nguyện cho cửu huyền thất tổ của mình, mình chỉ có phước trong ba đời. Khi hồi hướng cho chúng sanh trong khắp pháp giới, chúng sanh trong pháp giới thì nhiều, bao la vô cùng tận, nên tâm của mình cũng hướng tới bao la vô cùng tận. Cái vô cùng tận là cái bất sinh bất diệt. Như vậy khi hồi hướng tới khắp pháp giới thì mình nhận cái phúc đến ngày thành Chính đẳng Chính giác. Mọi người đều làm việc phúc, nhưng nếu biết làm phúc theo đúng cách, thì phúc sinh ra rất nhiều; nếu không biết làm phúc, không biết dụng tâm, thì làm rất vất vả nhưng phúc không có bao nhiêu.

Vậy nên, việc chúng ta đi học rất quan trọng. Thưa quý vị, ai ai cũng trì Chú Đại Bi, nhưng được mấy người hiểu về Chú Đại Bi? Thần thái của Chú Đại Bi, hoàn cảnh ra đời, và vận dụng Chú Đại Bi như thế nào? Nghĩa lý mầu nhiệm của Chú Đại Bi là gì? Chúng ta không hiểu hết được, chẳng khác nào cầm một món đồ cổ trên tay mà không hình dung được hết giá trị của nó. Chúng ta đang cầm một viên ngọc mà chẳng khác gì với một đứa bé đang cầm viên ngọc nhưng lại cứ nghĩ đó là viên kẹo? Trí của mình giống như thằng Bờm: nó đâu có thích ao sâu cá mè, hay ba bò chín trâu, hay một bè gỗ lim? Nó chỉ biết cái nắm xôi với cái bụng của nó, chỉ vậy thôi. Trí của nó chỉ đến thế mà thôi. Trí của mình cũng chỉ giới hạn trong thế giới ngũ dục này, hoàn toàn không mở rộng ra được. Vậy thì, hôm nay, trong pháp hội Quán Thế Âm này, Thầy cùng quý vị được cưỡi ngựa xem hoa (đây mới chỉ là thiển giảng, chưa phải là giảng sâu và giảng rộng) vào một bộ kinh mới, đó là Kinh Đại Bi Tâm Đà-la-ni.

3. Giới thiệu chung về bản kinh

Kinh Đại Bi Tâm Đà-la-ni là một bản kinh trình bày cốt tủy của Chú Đại Bi, hay nói cách khác Chú Đại Bi nằm ở trung tâm của Kinh Đại Bi Tâm Đà-la-ni. Như vậy, chúng ta hiểu được tại sao chúng ta tụng chú; hiểu được chúng ta dụng tâm ra sao và nội dung câu chú như thế nào? Việc này giống như chúng ta ý thức được giá trị viên ngọc vậy. Nếu như không hiểu, không ý thức được mà cứ cặm cụi tụng, tụng hoài, thì tất nhiên cũng có giá trị. Nhưng giá trị cũng chỉ như đứa trẻ ngậm viên kẹo mà thôi. Nó có tác dụng xoa dịu một chút sở thích của mình, nhưng không thể phát huy để trở thành viên ngọc như ý được.

Bộ kinh này có tên là Kinh Đại Bi Tâm Đà-la-ni. Tên đầy đủ là Kinh Thiên Thủ Thiên Nhãn Quán Thế Âm Bồ tát Quảng Đại Viên Mãn Vô Ngại Đại Bi Tâm Đà-la-ni (千手千眼觀世音菩薩廣大圓滿無礙大悲心陀羅尼經).[1]

Trước tiên cần hiểu thế nào gọi là Kinh? Kinh có ba nghĩa: Khế cơ, Khế lý và Khế thời. Khế cơ nghĩa là lời của Phật nói hợp với mọi căn cơ của chúng sanh. Tất cả chúng sanh ở mọi quốc độ, khi đọc tới Kinh thì ai nấy đều ngưỡng mộ. Thậm chí, chúng sanh ở các tôn giáo khác cũng đều không thể phủ nhận được giá trị của kinh Phật, của lời Phật dạy. Họ không thích, không theo nhưng họ không thể coi thường. Bởi lời Phật dạy luôn chuẩn xác với chân lý. Vì phù hợp với chân lý nên gọi là Khế lý. Ý nghĩa của Kinh luôn đúng với mọi quốc độ, mọi thời gian, nên gọi là Khế thời. Lấy ví dụ như, luật của Mỹ có áp dụng được ở Việt Nam không? Luật của Việt Nam có áp dụng được ở Mỹ không? Hoàn toàn không được. Nhưng năm giới của đạo

---

[1] Bản kinh này có 1 quyển, được xếp vào Tập 20 trong Đại Chánh Tạng, kinh số 1060.

Phật thì quốc độ nào cũng phù hợp. Thật tuyệt vời! Thế mới biết Phật trí vô biên! Trải mấy ngàn năm rồi, không thêm không bớt gì, tự thân nó đã hoàn thiện và đầy đủ hết thảy. Chữ Kinh có đầy đủ ba nghĩa: Khế cơ, Khế lý và Khế thời là như vậy.

Thiên Thủ Thiên Nhãn Quán Thế Âm Bồ tát là chỉ cho ai? Chỉ cho Bồ tát Quán Thế Âm có ngàn tay ngàn mắt. Quảng Đại Viên Mãn Vô Ngại Đại Bi Tâm Đà-la-ni là chỉ cho cái gì? Quảng đại viên mãn chỉ cho ý nghĩa sâu rộng của nó, vô ngại là không có chướng ngại; Thâu tóm tất cả pháp và nhiếp trì tất cả nghĩa, đó gọi là tổng trì, hay gọi là đà-la-ni.

Như vậy, tên bản kinh được hình thành trên cơ sở nào? Trong tất cả các bản kinh Phật, có một nguyên tắc đặt tên, đó là dựa vào 3 yếu tố: nhân, dụ và pháp. Nhân là người, dụ là ví dụ và pháp là pháp môn. Trường hợp Đơn nhân lập đề, như là Kinh A Di Đà, chỉ nói về đức Phật A Di Đà. Hoặc có thể là đơn Pháp, đơn Dụ, hoặc Nhân Pháp lập đề, hoặc Nhân Dụ lập đề, cũng có thể kết hợp cả ba yếu tố nhân, dụ và pháp. Đảo qua đảo lại và hình thành bảy phương pháp đặt tên cho một bản kinh.

Tên bản kinh này được hình thành do kết hợp của cả ba yếu tố Nhân, Pháp và Dụ. Nhân: đó là Bồ tát Quán Thế Âm, thiên thủ thiên nhãn; Pháp: đó là pháp tổng trì Đà-la-ni; Dụ là Quảng Đại Viên Mãn Vô Ngại Đại Bi.

Bản kinh này do ngài Sa Môn Già Phạm Đạt Ma (伽梵達摩) người Tây Ấn Độ đã đem từ Ấn Độ vào Trung Hoa từ thời nhà Đường. Ngài dịch bản kinh này từ chữ Phạn sang chữ Hán.

Khi truyền đến Việt Nam, bản dịch của Hòa thượng

Thích Thiền Tâm rất tốt. Tuy nhiên, có một chỗ, nếu vận dụng trong lễ nghi thì có gì đó chưa ổn, nên Thầy đã cố gắng vi chỉnh lại (Tức là chọn đoạn dịch tốt của vị Hòa thượng khác để thay thế vào, Thầy chỉ làm công việc biên soạn thôi). Cũng có một số từ ngữ quý ngài dùng nghĩa cổ khó hiểu, nên Thầy đã chú giải các từ ngữ đó (cho hợp và dễ hiểu hơn cho người ngày nay).

4. Nhân duyên cầu học kinh văn

Nhân duyên nào dẫn đến chúng ta học bản kinh này? Thầy thấy các Phật tử rất dễ thương, học pháp tinh tấn, nhanh lẹ. Tuy nhiên, khi được hỏi, thì, nhiều nghĩa lý căn bản nhất các vị cũng không biết rõ. Là vì sao? Có nhiều nguyên nhân, nhưng thầy vẫn cho rằng, lỗi trước tiên thuộc về chư Tăng. Thầy không dám trách chư Tăng. Nhưng thật sự, chư Tăng không chú tâm trong việc giáo dục. Các vị có thể đưa ra nhiều lý do khác nhau: do hoàn cảnh, do khả năng, do kiến thức, do sở thích hoặc do định hướng. Dẫu sao thì trách nhiệm chính vẫn thuộc về chư Tăng.

Trước đây, nhiều thầy luôn miệng nói: "Mấy người Phật tử không biết gì hết." Tới khi lớn lên, đủ ý thức được rồi, Thầy nhìn lại và nói: "Thưa quý thầy! Quý thầy có dạy đâu mà người ta biết." Quý thầy nói Thầy vô phép, ăn nói gạn miệng. Rõ ràng, phải dạy dỗ chứ. Nếu các vị được học kỹ lưỡng nhiều bộ kinh, Thầy tin chắc trong đầu các vị sẽ thông suốt. Có thể không nhớ, không trình bày lại được, nhưng các vị sẽ không còn nhầm lẫn nữa. Biết việc, thấy việc, không nhầm lẫn, đó là Bồ tát; mê muội trong việc, đó là chúng sanh. Ví dụ như ai gặp mình, nói: "Chị đừng đi theo thầy Huyền Châu! Ông ấy nói tầm bậy, là ông ma Ba Tuần mới xuống đó." Nếu mình có trí, mình hiểu ra và có thể đối đáp lại, bẻ gãy luận điệu sai trái của họ. Hiểu ra thì gọi là giác ngộ. Không hiểu ra thì mình lại hùa theo họ mà nói, thế là mình bị mê muội. Trí hay không trí là ở chỗ đó: thấy việc và giác ngộ, nhận rõ đúng sai, nhận rõ bản chất của vấn đề, ấy là có trí. Ngược lại, mê muội tin theo một cách không có bằng chứng, không có cơ sở, thì mình bị mê lầm trong đó.

5. Nội dung kinh văn

5.1. Lời đề dẫn cho bản kinh

Mở đầu bản kinh này có đoạn: *"Tôi nghe như vầy, một thuở nọ đức Phật Thích Ca Mâu Ni ngự tại đạo tràng Bảo Trang Nghiêm trong cung điện của Quán Thế Âm Bồ tát ở tại núi Bổ Đà Lạc Ca, đức Phật ngồi tại ngôi tòa sư tử, tòa này trang nghiêm toàn bằng ngọc báu ma ni, xung quanh treo nhiều tràng phan bá bảo."*

"Tôi nghe như vầy", được dịch từ bốn chữ *Như thị ngã văn*. Điều đầu tiên ở tất cả bản kinh Đại thừa mà chúng ta cần lưu ý, đó là *lục chủng thành tựu*. Lục chủng thành tựu được xem là sáu yếu tố để thành tựu, là duyên khởi cho một bản kinh Đại thừa (Đừng nhầm lẫn Tam pháp ấn vào đây), đó là: 1/ tín thành tựu, 2/ văn thành tựu, 3/ chủ thành tựu, 4/ xứ thành tựu, 5/ thời thành tựu và 6/ chúng thành tựu.

Tín: được hiểu là pháp này có đáng tin hay không? *Văn*: nghĩa là ai đã nghe được pháp này? *Chủ thành tựu*, nghĩa là do ai nói? *Xứ thành tựu*, nghĩa là nói ở chỗ nào, địa điểm nào? *Thời thành tựu*, nghĩa là nói lúc nào? Trong hoàn cảnh nào? Và *Chúng thành tựu*, nghĩa là những ai nghe pháp này? Nếu có nhiều người cùng nghe, đều xác nhận, thì lời đó sẽ chuẩn xác hơn là một người nghe (một người nghe thì sẽ bị chi phối bởi yếu tố cá nhân: người đó nghe rõ hay không rõ? Nghe có định kiến hay không?) Đó gọi là *lục chủng thành tựu.*

Bây giờ chúng ta tìm hiểu sơ qua về duyên khởi của câu này. Trước khi nhập Niết bàn, đức Phật di chuyển đến rừng Ta La Song Thọ. Mọi người ai nấy đều buồn khổ, họ nằm xuống đất, khóc lóc giống như con rắn bị chặt làm hai đoạn. Các vị A-la-hán thì khác: Họ đã chứng quả sinh diệt, nhìn thấy sinh diệt là lẽ thường tình, nên các ngài lắng lòng, trầm tư về các pháp sinh diệt.

Người thương tiếc đức Phật nhất là Tôn giả A Nan. Vốn là em họ của đức Phật, thường ngày lo chăm sóc cho đức Phật nhiều nên thị giả A Nan không muốn rời đức Phật. Được tin đức Phật Niết bàn, Ngài đau khổ vô cùng. Rất may, mặc dù bị mù mắt nhưng với trí tuệ thiên nhãn, ngài A Na Luật có thể nhìn thấu ba cõi, nhìn xuyên thời gian, nên biết được: Sau khi đức Thế Tôn Niết bàn, kinh điển của đức Phật không được hiểu sai, không được để cho tà ma ngoại đạo xuyên tạc làm hư đi giáo nghĩa. Vì vậy, kinh điển cần phải kết tập lại để lưu truyền hậu thế một cách có thứ lớp.

Tôn Giả A Na Luật nhắc nhở ngài A Nan nên đến hỏi đức Phật rằng: Sau khi đức Phật Niết bàn, chúng con cần phải kết tập kinh điển để lưu truyền cho hậu thế. Vậy chúng con nên lấy chữ gì để mở đầu cho các bản kinh. Đức Phật nói: Hãy lấy chữ Như thị ngã văn. Tại sao vậy? Vì ngoại đạo hay dùng chữ A (nghĩa: không) hoặc chữ UM (nghĩa: có); các pháp hoặc có hoặc không, ngoại đạo không nói *sắc tức thị không, không tức thị sắc.* Đạo Phật nói: sự hiện hữu chỉ là duyên khởi, là giả hợp và bản thể của nó là không. Vậy nên không thể nói nhất định, chỉ có thể nói *"như thị"*, đó là pháp khả tín. Duyên khởi tuyệt vời như vậy đó.

Trong cuộc kiết tập kinh điển lần thứ nhất tại động Tất Bát La, sau khi đức Phật Niết-bàn ba tháng, lúc đó, Tôn giả A Nan ngồi trong đạo tràng, trùng tuyên giáo pháp. Chúng ta biết: đức Phật cao 1m83, ngài A Nan cao 1m80 (cao gần bằng đức Phật); đức Phật có 32 tướng tốt, ngài A Nan có 30 tướng tốt; và ngài đã chứng quả A-la-hán. Thần thái của bậc thánh được lưu xuất ở A Nan. Với lòng nhớ thương đức Phật, họ hoang mang, không biết vị đang ngồi trước mặt ta đây phải chăng là đức Phật? Hay là một vị Phật ở cõi nào đang về đây? Hay là A Nan đã thành Phật? Ngài A Nan nói "Tôi nghe như vầy". Đại chúng nghe vậy thì dứt hết những nghi hoặc trong lòng. Ngài nói: chính ngài được nghe.

Ngài Văn Thù đã nói về trí của A Nan rằng: *"Phật pháp như đại hải, lưu nhập A Nan tâm."* (Pháp Phật như biển lớn, thảy đều rót vào tâm ngài A Nan.) Tam tạng Thánh giáo mà đức Phật diễn thuyết ở khắp nơi, ngài A Nan đều nghe và nhớ không sai một chữ. Thế là ngài ngồi, tụng hết tất cả lời dạy của đức Phật, tụng lại ba lần. Có 500 vị A-la-hán đều xác nhận A Nan nói không sai một chữ nào. Đó là điều may mắn cho chúng ta. Chữ *"Như thị ngã văn"* ra đời trong hoàn cảnh như vậy.

Như thị nghĩa "như vậy". Như là "như như bất động". Là pháp đáng tin, là pháp như vậy, như vậy. Lại kể câu chuyện có 2 chữ "như vậy":

1. Hòa thượng Tuyên Hóa đã giác ngộ, nhưng không thể nào tự ấn chứng cho mình. Trong khi mọi người đang trên đường vượt biên rời Trung Hoa đến Hoa Kỳ, ngài

lại quay về Trung Hoa tìm cho được Thiền sư Hư Vân, nhờ ngài ấn chứng cho. Khi gặp nhau, cả hai đều nói "Như thị, như thị".

2. Ngày xưa, tiền thân đức Phật Thích Ca Mâu Ni là một vị tu hành khổ hạnh để tóc dài, đức Phật Nhiên Đăng hóa thân thành một vị Tỳ kheo độ chừng 25 tuổi ôm bình bát đi khất thực. Đức Thích Ca Mâu Ni thấy vị Tỳ kheo chuẩn bị bước qua một cái chỗ đất dơ bẩn, Ngài vội cúi xuống, trải mái tóc của mình lên chỗ đất bùn và nói: *"Con mời ngài hãy bước trên tóc này để đi qua, đừng giẫm chân xuống đất bẩn chân ngài."* Lòng cung kính như vậy, khổ hạnh như vậy. Hóa thân của Phật Nhiên Đăng đi qua và nói *"Như thị, như thị"*. Nghĩa là: *"Ta đã như vậy và ngươi cũng như vậy. Ngày xưa ta đã từng tu khổ hạnh và trải thân để làm cầu đường cho chư Phật đi qua. Hôm nay ngươi cũng như vậy, trong lương lai ngươi sẽ thành Phật ở tại cõi Ta Bà ngũ trược ác thế này, lấy hiệu là Thích Ca Mâu Ni."* Chữ *"Như thị, như thị"* rất hay! Hay cả về mặt thọ ký, hay cả về mặt Giáo pháp nữa.

Ngài A Nan nói Tôi nghe, "Tôi" ở đây không nên hiểu theo nghĩa "Tôi" trong văn học. "Tôi" trong văn học thể hiện rõ cái ngã, vậy nên ai giữ cái tôi càng nhiều thì ngã mạn càng lớn. Ngã mạn càng lớn thì càng chết. Ngài A Nan đã chứng A-la-hán, đã bỏ đi cái ngã rồi, tại sao lại nói: "Tôi nghe"? Đây chỉ là phương tiện sử dụng thôi. Tôi ở đây là cái tôi tâm lý phát sinh, không phải là chân ngã thường trụ.

Tôi nghe. Vậy nghe bằng gì? Nghe bằng vọng tưởng vọng tâm? Nghe bằng trí tuệ? Hay nghe bằng tính nghe? Chúng ta thường nghe bằng vọng tưởng vọng tâm. Nghe vọng tưởng thì nhớ trong vọng tưởng, vọng tưởng chỗ này nhảy qua chỗ kia. Nghe vậy thì, nghe rồi có khi quên, khi nhớ. Nếu nghe trong tính nghe thường hằng thì không bao giờ có chuyện quên mất.

"Như thị" là tín thành tựu, là niềm tin vào pháp, "tôi nghe" là văn thành tựu, "một thuở nọ" là thời thành tựu. Tại sao không nói rõ ngày tháng năm? Vì lịch số của các nước khác nhau, đôi khi con người bị mắc kẹt những chuyện lạ kỳ lắm. Trước đây, thầy cũng mắc kẹt: Thầy giận ngài A Nan vì ngài xin đức Phật cho phép nữ giới xuất gia, làm cho chính pháp tổn giảm mất 500 năm. Từ đó, thấy mấy cô Ni thì Thầy tránh. Đó gọi là: thấy cây mà không thấy rừng; Chỉ thấy một điểm mà không thấy các điểm khác. Đó là điều đáng tiếc!

Học Phật pháp mà vẫn bị chấp? Nếu ghi rõ thời gian (theo dương lịch hoặc âm lịch) thì không khéo sẽ bị chấp. Nên đức Phật nói "một thuở nọ", chỉ là một điểm thời gian không xác định vậy thôi. Nếu muốn biết rõ thì tự mình tìm hiểu về lịch sử.

Đức Phật Thích Ca Mâu Ni: Thế nào gọi là Thích Ca Mâu Ni? Thích Ca nghĩa là *"năng nhân"*, Mâu Ni nghĩa là *"tịch mặc"*. Năng nhân chỉ năng lực giác ngộ. Tịch Mặc chỉ sự vắng lặng, yên tịnh.

Tâm chúng ta không vắng lặng, luôn sôi động. Sôi động nên đi tìm bạn, buồn quá nên tìm bạn trăm năm. Rồi lại lo đau yếu, già, tiền bạc, con cái hư hỏng. Mình vốn muốn đi tìm chỗ tựa nhưng không ngờ lại tìm đến ổ phiền não. Vậy là sao? Bởi chúng ta không sống trong tịch mặc.

Ai đã hướng tâm tới Phật pháp thì nên chấp nhận là một người cô độc chứ không làm kẻ cô đơn. Sống một mình, có niềm vui của mình, được gần long thần hộ pháp, gần đức Phật, nên lòng luôn đầy đủ, tự tính luôn tròn đầy. Vậy nên Phật nói: *"Hãy tự mình thắp đuốc lên mà đi, hãy tự biến mình thành một hải đảo cô độc, một hải đảo an toàn, không nương tựa vào đâu hết."* Vậy thì hãy sống với cái "Mâu Ni" ở trong lòng của mình. Đó chính là đang học theo hạnh của đức Thích Ca.

Kinh văn

> **Như thế tôi nghe, một thời đức Phật Thích Ca Mâu Ni ngự nơi đạo tràng Bảo Trang Nghiêm, trong cung điện của Quán Thế Âm Bồ tát ở tại non Bổ Đà Lạc Ca, đức Phật ngồi nơi tòa sư tử, tòa này trang nghiêm thuần bằng vô lượng ngọc báu tạp ma ni, chung quanh treo nhiều tràng phan bá bảo.**

Bồ tát Quán Thế Âm. Đọc Quán, không đọc Quan. Quán thì dùng đến mắt và tâm, còn quan là "quan sát", tức chỉ dùng con mắt thôi, trong tâm không có. Thế là thế gian. Âm là âm thanh. Bồ tát là gì? Là Bồ-đề-tát-đỏa. Một người giác ngộ và làm cho chúng sanh giác ngộ theo mình, được gọi là Bồ tát.

Tu theo Đại thừa thì phải lấy niềm vui, sự hiểu biết, sự thành tựu của mọi người làm thành tựu cho chính mình. Phải có quan điểm đó mới tu tập được. Người tu phải chịu trách nhiệm khi thấy một Phật tử khổ cực, chưa hiểu đạo, buồn chán hoặc bị chìm đắm trong phiền não. Chớ nên chỉ nhớ tới những Phật tử tới chùa cúng dường mình. Tu như thế ai chẳng tu được, phải không? Làm đúng nghĩa một vị thầy thật không đơn giản. Tổ Huệ Năng, đạo tràng của ngài có tới 1.500 người, ai nấy đều có cơm ăn áo mặc, tu tập suốt mấy chục năm. Đạo tràng hòa hợp, thanh tịnh, nhiều người được chứng quả. Chúng ta thấy vậy mà sinh tâm hổ thẹn.

Đấy là những điểm mà mình cần suy ngẫm: tại sao các vị Bồ tát đã làm được như vậy? Đó là điều quan trọng! Cần phải hiểu lý do tại sao chúng sanh buồn, thiếu kiến thức, hay làm sai quấy. Đừng vội trách cứ. Bồ tát phải làm được như vậy.

Núi Bổ Đà Lạc Ca nghĩa là núi Quang Minh, núi này có hình bát giác, ở tại Nam Ấn. Tòa sư tử ý nói chỗ của đức Phật ngồi giảng pháp, lời đức Phật nói ra được ví như tiếng sư tử hống.

Mắt nhìn màu sắc, tai nghe âm thanh, mũi ngửi mùi hương, cứ chạy theo vậy. Đó là sống ở trong tâm thức sinh diệt. Chúng ta vẫn thường nhầm lẫn đó là nội tâm của mình. Tâm sinh diệt này tùy theo hoàn cảnh. Mình chạy theo cảnh thì bị cảnh dẫn; mình tu, ngồi im lại thì mình dẫn cảnh. Cho nên, tâm không chạy theo vật thì vật sẽ chạy theo tâm. Đó là bí quyết, tự nhiên mọi thứ sẽ đầy đủ trong tâm mình hết. Đó là một vị A-la-hán vô sinh, ngài có đầy đủ phước đức xứng đáng thọ nhận sự cúng dường của thế gian này.

5.2. Thành phần tham dự pháp hội

Kinh văn

Khi ấy, đức Như Lai ở trên pháp tòa, sắp muốn diễn nói môn tổng trì đà-la-ni, có vô lượng vô số Bồ tát ma-ha-tát câu hội, các vị ấy là: Tổng Trì Vương Bồ tát, Bảo Vương Bồ tát, Dược Vương Bồ tát, Dược Thượng Bồ tát, Quán Thế Âm Bồ tát, Đại Thế Chí Bồ tát, Hoa Nghiêm Bồ tát, Đại Trang Nghiêm Bồ tát, Bảo Tạng Bồ tát, Đức Tạng Bồ tát, Kim Cang Tạng Bồ tát, Hư Không Tạng Bồ tát, Di Lặc Bồ tát, Phổ Hiền Bồ tát, Văn Thù Sư Lợi Bồ tát…

Những vị Bồ tát như thế đều là bậc quán đảnh đại pháp vương tử. Lại có vô lượng vô số đại thanh văn đều là bậc A-la-hán, tu hạnh Thập địa câu hội. Trong ấy, ngài Ma Ha Ca Diếp làm thượng thủ. Lại có vô lượng Phạm Ma La Thiên câu hội. Trong ấy, ngài Thiện Tra Phạm Ma làm thượng thủ. Lại có vô lượng chư thiên tử ở cõi trời Dục giới câu hội. Trong ấy, ngài Cù Bà Dà thiên tử làm thượng thủ.

"Vị A-la-hán tu hạnh Thập địa", tức là tu hạnh thập địa Bồ tát, là những vị A-la-hán hồi tâm đại A-la-hán, phát tâm giáo hóa chúng sanh. Tôn giả Ma Ha Ca Diếp là đệ tử của Phật làm thượng thủ. Kinh văn đang kể về đạo tràng, có rất đông những tầng lớp như vậy đến tham dự. Phạm Ma La Thiên: dùng chỉ cho thiên chủ ở cõi Phạm Thiên, vị ấy tên là Thiện Tra Phạm Ma, làm thượng thủ đến dự pháp hội này. Ngoài ra lại có long thần hộ pháp, rất đông người đều vân tập đầy đủ. Lại có chư Thiên ở các tầng Trời cõi Dục đến dự hội: gồm từ tầng trời Tứ Thiên Vương thiên, Đao-lợi thiên, Dạ-ma thiên, Đâu-suất thiên, Hóa lạc thiên và Tha hóa Tự tại thiên. Trong đó có ngài Cù Bà Già làm thượng thủ.

Kinh văn

Lại có vô lượng Hộ thế Tứ thiên vương câu hội trong ấy, ngài Đề Đầu Lại Tra làm thượng thủ. Lại có vô lượng Thiên, Long, Dạ-xoa, Càn-thát-bà, A-tu-la, Ca-lầu-la, Khẩn-na-la, Ma-hầu-la-già, nhân, phi nhân câu hội. Trong ấy, ngài Thiên Đức Đại long vương làm thượng thủ. Lại có vô lượng chư thiên nữ ở cõi trời Dục giới câu hội, trong ấy, ngài Đồng Mục Thiên nữ làm thượng thủ.

"Vô lượng Hộ thế Tứ Thiên Vương": có Trì Quốc Thiên Vương, Tăng Trưởng Thiên Vương, Quảng Mục Thiên

Vương và Đa Văn Thiên Vương. Bốn vị thiên vương này canh giữ khi đức Phật còn ở trong bụng mẹ, không để cho hoàng hậu Ma Gia gặp bất cứ chướng ngại nào. Không chỉ có bốn vị này, mỗi quốc độ lại có bốn vị thiên vương như vậy và có vô lượng quốc độ, vô lượng Tứ Thiên Vương cũng đến tại cung điện Bồ tát Quán Thế Âm ở trong đó có ngài Đề Đầu Lại Tra làm thượng thủ. Lại có vô lượng Thiên Long, Dạ Xoa, Càn thát bà, A-tu-la, Ca Lầu La, Khẩn La Na, Ma Hầu La Già, Nhân và Phi Nhân. Thiên là trời. Long là rồng. Dạ Xoa, có Tốc Tật Dạ Xoa và Địa Hành La Sát. Dạ Xoa có phước thì có thể bay lên trời, bay lưng chừng trên mặt đất, gọi là Tốc Tật Dạ Xoa; chạy trên mặt đất gọi là Địa Hành La Sát. Thường, Địa Hành La Sát là thân nữ; chạy và bay trên cao là Dạ Xoa (người nữ hung dữ bị gọi là Bà La Sát).

Càn Thát Bà trên đầu có một cái sừng, thân không có hình dáng, chỉ khi Phật phóng hào quang mới thấy thân của ông ta hiện ra; hoặc là nghe tiếng nhạc và ánh sáng mới thấy thân của ông ta. Đây chính là nhạc trời. Càn Thát Bà chơi nhạc hay nhất trong Ba cõi.

Khi Xá Lợi Phất ngồi thiền, Mục Kiền Liên dùng hết thần lực để kéo ngài Xá Lợi Phất, nhưng kéo không nổi chiếc áo. Vậy mà, khi nghe Càn Thát Bà đàn, Xá Lợi Phất đứng lên nhảy. Đức Phật nói: nhiều kiếp trước, Xá Lợi Phất là một vị nhạc công rất giỏi, tiếng đàn mê hoặc của càn thát bà đi vào trong định. Vậy mới biết, Càn Thát Bà có thể dùng âm thanh để sai khiến con người. Sức mạnh của âm thanh ghê vậy đó!

A-tu-la thường không ở một cõi nhất định. Có ba cõi, ba loại A-tu-la:

1. A-tu-la ở dưới tầng trời Tứ Thiên Vương, do chư

thiên trên Trời bị hết phước hay là do phạm pháp bị đọa xuống A-tu-la;

2. A-tu-la ở thấp hơn cõi trời Tứ Thiên Vương. Loại A-tu-la này thường ở trong con người, tu hành Đại thừa, tâm không bỏ được sân hận. Nhờ thần lực, có thần thông, nên bay nhảy tự tại. Nhưng vì sân, nên chiêu cảm thân A-tu-la;

3. Những loài súc sinh trong địa ngục trả hết quả báo, sinh làm A-tu-la. Đây là loài A-tu-la dưới đáy biển. Ở dưới đáy biển có một vùng, nước biển không làm cho (vùng đó) chìm xuống. A-tu-la này, ban ngày thì dạo chơi trên hư không, ban đêm thì xuống dưới đáy biển ngủ. Trên nhà của họ có một ngọn gió thổi rất mạnh, nước không nhấn chìm xuống. Gọi là gió Định Phong, gió Trì Phong. Hai ngọn gió này giữ, khiến cho nước không thể nhấn chìm các cung điện lầu các được. Loài A-tu-la đó cũng có phước nhưng không bằng loài trên trời.

Vậy nên cảnh giới A-tu-la không thuộc một cõi nhất định nào: dưới biển cũng có, lưng chừng cõi người cũng có và trên lưng chừng trời cũng có. Trong kinh có những chỗ gọi ngũ đạo, tức là đã trừ A-tu-la ra. Nếu nói lục đạo tức là bao hàm A-tu-la trong đó.

Khẩn-na-la tức là thần âm nhạc, thường có dạng mình người đầu ngựa; Ma-hầu-la-già là thần rắn, Nhân là người, Phi Nhân là chỉ chung những loài không phải người. Trong số những loài phi nhân này, có loài hại người, có loài biết tu tập. Họ tu tập nhiều lắm, có khi còn siêng năng hơn cả con người.

Lại có vô lượng chư thiên nữ ở cõi trời Dục giới câu hội. Kinh văn mô tả: Chư thiên nữ ở trong cõi trời Dục giới cũng đến dự trong pháp hội. Chúng ta có thể hình dung pháp hội Tổng trì Đà-la-ni tại cung điện của Bồ tát Quán Thế Âm có rất đông: từ các Bồ tát cho đến thiên nữ, từ cao cho tới thấp đều đến dự hội.

Hôm nay, khai triển bộ kinh này, chúng ta nguyện cầu trong pháp hội này, tâm khởi như vậy tự nó sẽ chiêu cảm đến vô lượng chúng sanh trong pháp giới. Đó là điều Thầy rất tin tưởng.

Kinh văn

Lại có vô lượng thần hư không, thần giang hải, thần tuyền nguyên, thần hà chiểu, thần dược thảo, thần thọ lâm, thần xá trạch, thần cung điện, cùng thủy thần, hỏa thần, địa thần, phong thần, thổ thần, sơn thần, thạch thần v.v.. đều đến tập hội.

Thần hư không là thần trên hư không; thần giang hải là thần ở dưới biển; thần tuyền nguyên là thần suối nguồn, ở trong rừng sâu. Thần hà chiểu, thần sông hồ, thần dược thảo, thần thọ lâm, thần xá trạch. Thần dược thảo là thần cây cối; Thần thọ lâm là thần trong rừng; Thần xá trạch là thần nhà cửa (trong nhà trong cửa cũng có thần).

Có thiện thần và ác thần. Tu tập thì thiện thần theo giúp đỡ mình; khởi tâm ác thì thiện thần bỏ đi hết và ác thần đến làm bạn với mình.

Thần xá trạch, thần cung điện, thủy thần, địa thần, hỏa thần, phong thần, thổ thần, sơn thần, thạch thần, tất cả chư thần đều vân tập, câu hội tại cung điện của Bồ tát Quán Thế Âm.

5.3. Ánh hào quang của Quán Thế Âm Bồ tát

Kinh văn

Bấy giờ Quán Thế Âm Bồ tát ở trong đại hội mật phóng ánh sáng thần thông chiếu khắp mười phương sát độ và cõi tam thiên đại thiên thế giới này đều thành sắc vàng. Từ thiên cung, long cung cho đến cung điện của các vị tôn thần thảy đều chấn động. Biển cả, sông nguồn, núi Thiết Vi, núi Tu Di cùng thổ sơn, hắc sơn cũng đều rung động dữ dội. Ánh sáng của mặt trời, mặt trăng, tinh tú, và châu báu và lửa đều bị ánh kim quang rực rỡ kia lấn át làm cho ẩn mất không hiện.

Sát độ là thế nào? Ví như lấy cõi đất này nghiền nát thành bụi, mỗi hạt bụi cực nhỏ như vậy là một quốc độ, ý nói các quốc độ trong mười phương nhiều như vậy. Ánh sáng của Bồ tát Quán Thế Âm chiếu khắp các quốc độ, trùm hết vô lượng quốc độ; ánh sáng thần thông quang minh chiếu khắp mười phương sát độ.

Trong đạo tràng của Ngài, từ hàng đại Bồ tát cho đến các đại Thanh văn cho đến các vị thần linh, thần sông, thần biển, khắp tất cả các đối tượng ở trong vô lượng chư thiên thế giới đều đến vân tập. Ở pháp hội này, Bồ tát Quán Thế Âm mật phóng ánh sáng, nhưng đại chúng không hề hay biết. Điều này có nghĩa là Bồ tát Quán Thế Âm có thần lực quảng đại hơn cả. Và sự gia hộ của ngài cũng là mật thùy gia hộ. Hôm nay đạo tràng chúng ta mở pháp hội Đại Bi Tâm Đà-la-ni dạy bản kinh này cũng sẽ được Bồ tát Quán Thế Âm từ bi mật thùy gia hộ. Thầy hy vọng: Phật tử chúng ta luôn khởi tâm cầu nguyện sự gia hộ của Phật, cầu nguyện sự gia hộ của Bồ tát.

Kinh Đại Bảo Tích có kể câu chuyện về Tôn giả Mục Kiền Liên. Một hôm, Mục Kiền Liên khởi tâm hoài nghi:

Đức Thế Tôn thường nói rằng Ngài sử dụng viên âm[1] để giáo hóa chúng sanh; không biết âm thanh của đức Thế Tôn chúng ta vang xa tới đâu? Vậy nên ngài đã sử dụng thần thông bay đi thật xa để xem âm thanh của Phật có còn nghe hay không. Ngài cứ bay mãi bay mãi về hướng Tây và bay tới chín mươi chín ức hằng sa cõi Phật (một hạt cát sông Hằng là một cõi Phật) nhưng vẫn nghe thấy âm thanh của Phật. Nghe rõ giống như đang đứng đối diện trước mặt. Mục Kiền Liên mệt quá bay không nổi nữa, ngài dừng lại. Ngài đi vòng tròn ở trên bình bát của đức Phật ở xứ đó. Lúc bấy giờ các vị Bồ tát mới nói: *"Bạch đức Thế Tôn! Có một con gì trông giống như con trùng, mặc áo cà sa, đang đi trên bình bát của Ngài."* Đức Phật ở cõi đó nói: *"Các ông đừng coi thường. Đó chính là Đại Mục Kiền Liên thần thông đệ nhất, là cánh tay trái của đức Phật Thích Ca Mâu Ni."* Đức Phật nói: *"Này Mục Kiền Liên! Ông hãy thị hiện thần thông làm cho thân lớn lên để các vị Bồ tát, các vị Thanh văn ở đây không coi thường ông mà sinh tâm khinh khi, như vậy sẽ bị tổn phước."* Ngài Mục Kiền Liên liền dùng thần thông bay lên hư không, ngồi trên một cái giường làm bằng bảy báu. Dưới giường có những sợi dây trông như chuỗi hạt buông thòng xuống, và ở đó phóng ra vô lượng ánh sáng. Và trong ánh sáng đó có vô lượng hóa thân của đức Thích Ca Mâu Ni đang giảng pháp. Đại chúng sanh tâm kính ngưỡng. Khi Mục Kiền Liên ngồi xuống, thì mới biết là mình đã đi xa tới 99 ức hằng sa cõi Phật; và hôm nay ngài muốn về nhưng không về nổi nữa. Đi lạc mất đường về rồi.

Lúc bấy giờ đức Phật ở xứ đó nói: Ông hãy hướng tâm về núi Linh Thứu. *"Dạ, núi Linh Thứu ở hướng nào con không biết nữa rồi, con đi xa quá." "Ông hãy quay về hướng đông,*

---

[1] Viên âm: âm thanh trọn đủ, chỗ nào cũng có thể nghe thấy. Âm thanh của chúng ta là âm thanh sinh diệt, nên ở xa quá thì không nghe được.

hướng tâm và cầu nguyện đức Phật Thích Ca Mâu Ni gia hộ thì ông sẽ trở về được." Quả nhiên, tâm ngài Mục Kiền Liên hướng về đức Thích Ca Mâu Ni, thế là đức Phật chứng biết. Đại chúng lúc bấy giờ cũng nghe tiếng cầu nguyện của đức Mục Kiền Liên. Lúc đó, đức Phật phóng hào quang tới, và ngài Mục Kiền Liên trở về nhanh như người lực sĩ co duỗi cánh tay. Chúng ta thấy: có thần thông quảng đại như đức Mục Kiền Liên mà còn phải cầu nguyện sự gia hộ của Phật, huống chi phàm phu chúng ta. Chúng ta đừng quên tâm này. Sức gia bị của Phật là bất khả tư nghì.

Ở đây, trong ánh quang minh mật chiếu này, ngài Bồ tát Quán Thế Âm đã chiếu diệu và khiến cho tất cả thiên cung long cung cho đến cung điện của các vị tôn thần thảy đều chấn động. Do ánh sáng chiếu rực hơn tất cả các loại khác, nên nó lấn lướt hết tất cả mọi màu sắc. Bồ tát Quán Thế Âm phóng hào quang như vậy. Họ đều run sợ, họ bị chấn động, họ không hiểu ánh sáng này từ đâu mà có. Từ trước đến nay chưa bao giờ gặp.

Biển cả sông nguồn, núi Thiết Vi, núi Tu Di cùng Thổ Sơn, Hắc Sơn cũng đều rung động dữ dội. Ở hướng đông cõi này có một hòn núi tên là Thiết Vi. Thiết là sắt, Vi là tối tăm. Tại sao có hòn núi này? Hòn núi này sinh ra bởi tâm ngu si của chúng sanh trong mười phương. Tâm ngu si nặng nề, cứng chắc như sắt; nó tối tăm do không có ánh sáng của trí tuệ soi sáng; nó tạo ra những hành vi xấu ác. Các hành vi giết cha giết mẹ, làm cho thân Phật chảy máu, giết bậc A-la-hán và phá hoại hòa hợp Tăng, đều là tội ngũ nghịch và phải đọa vào trong núi Thiết Vi này. Ánh sáng mặt trời không chiếu tới núi Thiết Vi, nhưng hào quang của Bồ tát Quán Thế Âm thì chiếu tới được núi Thiết Vi. Chúng sanh trong đó nhìn thấy ánh sáng này và sinh tâm kính ngưỡng.

Ánh sáng mặt trời mặt trăng châu báu và lửa đều bị ánh kim quang minh rực rỡ kia lấn át làm cho ẩn mất không hiện. Ở đây ý nói: ánh sáng của lửa, của mặt trời cũng đã sáng lắm rồi. Nhưng ánh hào quang mật phóng của Bồ tát Quán Thế Âm thật rực rỡ, khiến cho các ánh sáng trên bị chìm mất.

Kinh văn

Lúc đó ngài Tổng Trì Vương Bồ tát thấy tướng trạng hy hữu ấy lấy làm lạ mà cho là việc chưa từng có, liền từ chỗ ngồi đứng dậy cung kính chắp tay dùng lời kệ mà hỏi Phật để biết tướng thần thông kia do ai làm ra, kệ rằng:

Đứng dậy cung kính chắp tay, thân trang nghiêm. Cung kính là chỉ ý thanh tịnh, thưa hỏi bạch Phật là khẩu thanh tịnh. Bất cứ lời nói nào thể hiện thân khẩu ý thanh tịnh đều là lời nói đúng. Trái lại, thân không thanh tịnh thì lời nói không đúng. Nhiều khi, khẩu thanh tịnh nhưng ý không thanh tịnh (ý bị ô nhiễm bởi tham sân si) thì lời nói đó cũng không đúng. Ý ở trong ngã chấp điên đảo là không đúng, đừng nói chi lại còn có tham sân si nữa. Đức Phật nói: *"Này các Tỳ kheo! Các ông đừng bao giờ tin vào ý của mình, trừ phi các ông đã chứng A-la-hán."* Nếu chưa chứng A-la-hán thì ý đó vẫn còn là ý sinh diệt. Ý sinh diệt là ý không đúng, không chính xác, không thể hiện được bản chất vô ngã.

Lúc bấy giờ ngài Tổng Trì Vương Bồ tát dùng kệ (kệ là một dạng thơ) hỏi để biết được tướng thần thông kia do ai làm ra. Ngài hỏi: *"Ai thành Chính giác trong ngày nay?"* Đó là những suy nghĩ của bậc thánh, họ thấy điều kỳ diệu mầu nhiệm, và đặt những câu hỏi:

Kinh văn

Ai thành Chính giác trong ngày nay?
Khắp phóng ánh sáng như thế này,
Mười phương sát độ thành sắc vàng,
Các cõi đại thiên cũng như vậy.

Cõi đại thiên là thế nào? Một Thái dương hệ gồm có một trái đất, một mặt trời, một mặt trăng và các vì tinh tú. Một ngàn Thái dương hệ như vậy gọi là một tiểu thiên thế giới, một ngàn tiểu thiên thế giới là một trung thiên thế giới, một ngàn trung thiên thế giới là một đại thiên thế giới. Ở đây ý nói ánh sáng đó chiếu khắp cõi đại thiên. Tam thiên đại thiên không phải là ba ngàn thế giới, mà là ba lần một ngàn nhân lên với nhau.

Kinh văn

Ai được tự tại trong ngày nay?
Phổ diễn thần lực ít có này
Không ngằn cõi Phật đều rung động
Cung điện long thần cũng lung lay.

Đây là câu hỏi của ngài Tổng Trì Vương Bồ tát. Chúng ta học được những câu này, nhưng thường chỉ biết đến những ý nghĩa đơn giản. Để hiểu được ý nghĩa thâm sâu, cần phải hướng tâm tới Phật pháp. Trong đạo tràng, chúng ta cố gắng giữ cho thật trang nghiêm. Khởi tâm hướng tới sự trang nghiêm như vậy, và đừng cứ thấy cái gì lạ lạ liền sinh nghi và hỏi lung tung. Chúng ta nên học hạnh của Bồ tát, nên học những điều đức Phật dạy cho các thị giả của Ngài. Nên hỏi những câu như: *"Bạch đức Thế Tôn! Thân tâm có được an ổn chăng, chúng sanh có dễ độ chăng?"* Chỉ hỏi những điều để giúp cho chúng sanh được an ổn, được siêu độ. Đó là những điểm mà chúng ta cần rút ra để học hỏi.

Kinh văn

Sức thần thông này ai làm ra
Là ánh quang minh đấng Phật-đà
Là của Bồ tát, đại Thanh văn
Hay trời Đế Thích cùng Phạm Ma?

Bồ tát tu pháp môn gì? Tu Lục Ba-la-mật[1], đó gọi là Bồ tát. Thanh văn tu pháp môn gì? Tứ Diệu Đế[2]. Đế Thích tu pháp môn gì? Thập thiện nghiệp đạo và tu bố thí. Phạm Ma là trời Đại Phạm, trời Đại Phạm cao hơn trời Đế Thích.

Kinh văn

Nay trong chúng hội đều sinh nghi
Chẳng biết đây là nhân duyên gì?
Muốn cầu hiểu rõ tâm thành kính,
Hướng trông về ngôi Đại từ bi.

Đây ý chỉ hướng trông về lời giải thích của đức Phật.

Kinh văn

Đức Phật bảo Tổng Trì Vương Bồ tát: "Thiện nam tử! Các ông nên biết trong hội này có một vị Bồ tát Ma-ha-tát tên là Quán Thế Âm Tự Tại, từ vô lượng kiếp đến nay đã thành tựu tâm đại từ bi, lại khéo tu tập vô lượng Đà-la-ni môn. Vị Bồ Tát ấy vì muốn làm cho chúng sanh được lợi ích an vui, nên mới mật phóng sức thần thông như thế."

---

[1] Lục Ba-la-mật là pháp tu của hàng Bồ tát, được hiểu một cách khái quát là sáu phương tiện đưa người qua bờ bên kia, tức từ bờ mê qua bờ giác

[2] Tứ Diệu Đế hay Tứ Thánh Đế (ariya sacca): bốn sự thật rốt ráo về khổ, nguyên nhân khổ, diệt khổ, con đường diệt khổ. Tứ Diệu Đế là nền tảng của giáo lý, là cốt tủy của giáo pháp, được đức Phật chứng ngộ trong đêm Thành Đạo và tuyên thuyết ở trong kinh Chuyển Pháp Luân ở Vườn Nai để độ cho 5 ngài Koṇḍañña, Vappa, Bhaddiya, Mahānāma và Assaji.

Bồ tát Ma-ha-tát là một vị Bồ tát lớn, Bồ tát thượng thừa, tên là Quán Thế Âm Tự Tại. Quán là quán chiếu, Thế là thế gian, Âm là âm thanh. Quán chiếu không bị trở ngại gọi là Quán Tự Tại. Quán: tức là quán sát, để hiểu được thân mình mau lẹ như thế nào? Tồn tại giả tạm ra sao? Không hiểu ra, không nhớ ra, gọi là không tự tại.

Kinh Phật thường nói tới sự và lý. Hiểu lý tức là ngộ về lý. Nhưng để đạt được sự việc đó thì phải trải nghiệm. Trải nghiệm thì sự và lý thông suốt. Sự thông suốt gọi là sự lý viên dung; sự lý viên dung được ứng dụng một cách tự tại, gọi là lý sự vô ngại pháp giới. Quán chiếu lâu dần sẽ đạt được tâm trạng đó.

"Có vị Bồ tát tên là Quán Tự Tại từ vô lượng kiếp đến nay thành tựu tâm đại từ bi." Từ bi là gì? Từ là ban vui, Bi là cứu khổ. Nếu thiếu lòng từ bi, thì thường sống trong khổ đau. Thiếu lòng từ bi giống như mảnh đất (mảnh đất tâm) bị thiếu nước, trở nên khô cằn, sỏi đá. Nếu ai thiếu tâm từ bi thì không nên trì Chú Đại Bi lâu ngày.

Một câu hỏi đặt ra là: Có nên trì Chú Đại Bi để cầu cho việc làm ăn hay không?

Ngày trước, khi còn ở Việt Nam, Thầy gặp một thanh niên chừng hơn ba mươi tuổi. Anh nhờ thầy chỉ cho cách tu. Thầy hỏi: *"Anh tu được gì rồi?"*, *"Dạ, con trì Chú Đại Bi"*, *"Do ai chỉ anh trì?"*, *"Dạ, do một vị cư sĩ dạy con trì Chú Đại Bi"*, *"Trì bao lâu rồi?"*, *"Dạ, con trì 10 năm rồi. Mỗi ngày 108 biến."* Thầy nhìn anh ta, hỏi: *"Anh nợ mấy chục tỷ rồi?"* Anh nghe rụng rời, nói *"Tại sao thầy biết con nợ tiền?"* Thầy nói: *"Thầy đoán không nhầm, ít nhất phải hơn hai chục tỷ."* Lúc đó có đông người nên Thầy đi và không nói thêm điều gì. Anh ta chạy theo Thầy suốt ba ngày. Nhưng không thể chỉ dẫn cho anh ta được, bởi vì anh ta muốn chỉ cho cách trì chú để tiếp tục kiếm tiền, không phải là để tu.

Việc gì đáng cầu? Và cầu thế nào cho đúng nghĩa? Đó là việc nên lưu ý. Không thể giúp anh ta trì chú để cầu tiền, cầu lộc. Bởi trì chú như vậy là thiếu tâm đại bi. Hình dung như thế này: Cũng giống như anh ta dùng năng lực của thần chú Đại Bi gom tất cả màu mỡ của thửa đất để dùng trong một năm. Hết màu mỡ thì sao? Đất trở nên khô cằn, sỏi đá và anh ta phải sống trong sự điêu linh, khổ cực.

Tâm đại bi được hành trì và tưới tẩm, giống như mình cày xới và tưới nước cho mảnh đất. Mảnh đất tâm luôn tươi nhuận, màu mỡ thì gieo xuống hạt giống nào cũng được tươi tốt. Đó là bí quyết: Hành trì không được vọng cầu. Cứ hành trì và nếu khởi tâm thì chỉ nên khởi tâm thành Vô thượng Chính đẳng Chính giác. Đừng dùng mật chú vào những chuyện khác. Thế nào cũng hại cho mình.

Từ vô lượng kiếp đến nay đã thành tựu tâm đại bi, lại khéo tu tập vô lượng môn đà-la-ni. Khéo tu tập là sao? Siêng là chăm, không phải khéo. Khéo tức là biết vận dụng. Ví dụ: công việc bận rộn, mỗi người bận một ngành nghề một cuộc sống khác nhau. Làm sao có thời gian rảnh được. Hồi nhỏ thầy lái máy cày. Thời gian đâu mà học Kinh, học Luận? Thầy liền cắt mảnh giấy bằng nửa bàn tay ghi vài ba dòng, bỏ vào túi, ngồi trên bờ ruộng học. Học chữ Nho, ngồi dưới đất, viết xuống đất mà học. Khi ăn cơm, mặc cho Tăng chúng nói chuyện, mình để mẩu giấy trên bàn vừa nhai vừa nhìn vừa học chữ Hán. Hoặc là nghiền ngẫm một hai câu, một đạo lý nào đấy, rồi cứ thế lĩnh hội dần dần. Phải khéo học theo cách đó. Các vị cũng nên tranh thủ thời gian để tu tập, ví dụ khi tắm thì có thể thực tập quán thân bất tịnh; hoặc việc niệm Phật A Di Đà Phật cũng vậy: niệm lớn tiếng hoặc niệm nhỏ tiếng sao cho đúng nơi, đúng lúc.

Đây chính là khéo tu tập, uyển chuyển đưa Phật pháp vào trong tâm.

Thân bị bệnh tật, cũng chính là thời gian vàng ngọc để tu tập. Nếu như chết càng tốt vì đã bỏ được đại họa. Nếu như sống được thì hãy dùng thân vào trong con đường Phật pháp. Như vậy chẳng phải khéo tu tập sao? Một ngày 24 tiếng đồng hồ: ngủ nghỉ sinh hoạt cá nhân mất 10 tiếng, còn 12 tiếng làm ăn, cùng lắm chỉ tu tập được 2 tiếng. Ví như hình ảnh một ly nước, quấy lên 12 tiếng và chỉ để lắng xuống 2 tiếng. Thử hỏi có lắng dịu được không? Không thể nào lắng dịu được. Vậy nên, tu hoài mà không có kết quả. Ấy là do bản thân không biết khéo tu tập. Phải thực tập hạnh khéo tu, khéo ứng dụng vào trong cuộc sống.

Vị Bồ tát ấy muốn làm lợi ích cho tất cả chúng sanh an vui nên mật phóng sức thần thông như thế. Làm lợi ích như thế nào? Chúng ta xem tiếp Kinh văn dưới đây.

5.4. Diệu dụng của Chú Đại Bi

Kinh văn

> **Đức Như Lai vừa nói lời ấy xong, Quán Thế Âm Bồ Tát liền từ chỗ ngồi đứng dậy, sửa y phục nghiêm chỉnh, chắp tay hướng về Phật mà thưa rằng: "Bạch đức Thế Tôn, tôi có chú Đại Bi tâm đà-la-ni, nay xin nói ra, vì muốn cho chúng sanh được an vui, được trừ tất cả bịnh, được sống lâu, được giàu có, được diệt tất cả nghiệp ác tội nặng, được xa lìa chướng nạn, được thành tựu tất cả thiện căn, được tiêu tan tất cả sự sợ hãi, được mau đầy đủ tất cả những chỗ mong cầu. Cúi xin Thế Tôn từ bi doãn hứa."**

Mật phóng thần thông thì mọi người không thể biết được, nhưng với trí tuệ thần thông của đức Phật, Ngài biết rõ, nên Kinh văn mới ghi *"Đức Như Lai vừa nói xong"*. Vậy nên Bồ tát Quán Thế Âm *"liền từ chỗ ngồi đứng dậy sửa y phục nghiêm chỉnh"*. Đây là điều mà chúng ta cần học tập: cố gắng sửa y phục chỉnh tề, lễ nghi cho hợp phép tắc, thể hiện sự trang nghiêm của đạo tràng. Dần dần phải đưa đạo tràng vào đúng khuôn khổ.

Bồ Tát nói: *"Con có câu chú, gọi là Chú Đại Bi Tâm Đà-la-ni... vì muốn cho chúng sanh... được trừ tất cả bệnh."* Như vậy nghĩa là thế nào? Thật khó tin phải không? Nhưng sự thật là có người mắc bệnh nan y, nhờ trì chú mà bệnh được thuyên giảm. Khi Tây y vô phương cứu chữa, người bệnh một lòng tin sâu vào đức Phật, cầu nguyện Ngài, thì bệnh lại bớt.

Sách *Hành trình về phương Đông* kể câu chuyện một bác sĩ nhiệt đới chữa bệnh cho một cô bé bị sốt nhiệt đới. Vị bác sĩ này cùng Hội đồng chẩn đoán đứng nhìn đứa bé chết dần đi trong sự tuyệt vọng. Ông đau khổ vô cùng vì nghĩ rằng mình là một bác sĩ trưởng khoa khoa bệnh nhiệt đới, vậy mà lại để cho một cô bé mới mười mấy tuổi chết ở trong tay mình (vì bệnh sốt nhiệt đới). Ông đứng nhìn, nhìn mãi như vậy. Tự nhiên từ góc phòng hiện ra ánh sáng và đó chính là Bồ tát Quán Thế Âm. Ngài nhẹ nhàng đi lại phía đứa bé, rảy vài giọt nước rồi ẩn mất. Đứa bé tự nhiên tươi tỉnh, sốt hạ xuống và bớt bệnh. Tại sao như vậy? Làm sao chúng ta có thể hình dung được.

Trước đây, Thầy từng chứng kiến một ông theo quan điểm vô thần. Biết vợ con đi chùa, ông chửi bới, dùng những ngôn từ cay độc để nguyền rủa vợ con. Và rồi, ông ta bị đau bụng, bác sĩ chẩn đoán ông bị ruột thừa, phải mổ. Nhưng bệnh viện thiếu bàn mổ, kíp mổ trước chưa xong, nên ông phải nằm đó chờ. Ông đau quá, không chịu nổi. Bà vợ khuyên ông niệm Phật. Ông nói đau quá, không Phật gì hết. Vợ con hối thúc ông niệm Phật. Trong cơn mê sảng, trong sự đau đớn tột độ, ông kêu Nam mô A Di Đà Phật, Nam mô A Di Đà Phật... Thế rồi không biết thế nào, vợ con ông tự nhiên lăn ra ngủ hết, và rồi ông nhìn thấy một cảnh giới thật mầu nhiệm: niệm Phật Di Đà nhưng Bồ tát Quán Âm lại hiện ra. Ngài rảy cho vài giọt nước. Thế là ông ta bớt bệnh, ông ngồi dậy, đánh thức vợ con, và ông đi về. Vợ con nghĩ ông bị điên rồi, đau quá nên điên thật rồi. Ông nói hết bệnh rồi, đi về. Ông cởi bỏ áo bệnh nhân, mặc áo của mình vào và đi về. Từ đó về sau, trong nhà ông ta thờ tới 10 tôn tượng Bồ tát Quán Âm.

Chúng ta thấy đó, tâm phàm của con người cố chấp, ngã mạn ghê lắm, nhưng khi đủ duyên, đủ nhân rồi mới thấy. Đó chẳng phải ngài chữa cho hết bệnh thì là gì?

Ai muốn sống trường thọ thì trì chú Đại Bi cũng có tác dụng. Điều này do chính Bồ tát Quán Âm nói, ghi rõ trong kinh. Được giàu có: nghĩa là cứ trì chú như vậy, phước đức tự sinh ra, và thế là tài sản sẽ dần dần nhiều lên, và trở nên dư dật. Được diệt tất cả nghiệp ác tội nặng, được xa lìa chướng nạn, được thành tựu tất cả thiện căn. Thiện căn là các căn lành. Suy nghĩ trong đầu là ý căn, mắt nhìn là nhãn căn, lỗ tai nghe là nhĩ căn, mũi ngửi là tỷ căn, lưỡi trong miệng nếm là thiệt căn, thân xúc chạm là thân căn. Căn lành thì tự thân an lạc, không nhu cầu, đòi hỏi gì nhiều; thiếu thiện căn thì hay đòi hỏi, hay mong cầu. Ví dụ đòi hỏi phải có quần này áo kia... Hoặc với ý căn không hiền thiện thì thể hiện ở mọi việc, mọi thứ đều phải chiều chuộng theo ý mình, hễ trái nghịch thì sẽ nổi giận. Người có nhiều thiện căn sẽ nhận thức rõ ràng việc đúng hay sai và sẽ không nổi giận.

Tiêu trừ tất cả sự sợ hãi, nghĩa là nếu ai thường có tâm sợ hãi, khởi tâm trì Chú Đại Bi thì tự nhiên tâm sợ hãi cũng mất đi. *Được mau đầy đủ tất cả những chỗ mong cầu*, nghĩa là chỗ nào mong cầu thì tất cả đều được đầy đủ.

Cúi xin Thế Tôn từ bi doãn hứa. Đây là lời của Bồ tát Quán Thế Âm. Kinh văn nguyên bản là "duy nguyện Thế Tôn từ ai thính hứa" (惟願世尊慈哀聽許), nghĩa là *"kính mong đức Thế Tôn xót thương chuẩn thuận"*. Hòa thượng Thiền Tâm dùng chữ *"doãn hứa"*, ngày nay ít người hiểu được, vì vậy chỗ này chúng ta nên nhận hiểu trực tiếp từ nguyên bản, ý Bồ tát Quán Thế Âm nói rằng: *"Con có chú Đại Bi với những lợi ích như vậy, cúi mong Đức Thế Tôn bằng lòng cho phép con nói ra."*

Kinh văn

> **Đức Phật bảo: Thiện nam tử! Ông có tâm đại từ bi, muốn nói thần chú để làm lợi ích an vui cho tất cả chúng sanh. Hôm nay chính là lúc hợp thời, vậy ông nên mau nói ra. Như Lai tùy hỷ, chư Phật cũng thế.**

Đức Phật gọi Bồ Tát Quán Thế Âm là "thiện nam tử", vậy Bồ tát Quán Thế Âm là nam hay nữ? Học Phật rồi, phải biết Bồ tát không có ai là nữ hết. Không phải là nữ, cũng không phải là nam. Vậy Bồ tát là thân nam hay thân nữ? Khi đã rời khỏi tâm sanh diệt, thì không còn chấp là nam hay nữ. Chính vì tâm ái dục nên mới sinh ra nam và nữ; khi bỏ tâm dục thì không còn phân biệt nam nữ. Bồ tát Quán Thế Âm không mang thân nữ, nhưng ngài thường hiện thân nữ ở trong cõi này để giáo hóa chúng sanh. Thân nữ của Bồ tát Quán Thế Âm có duyên rất lớn với chúng sanh ở trong cõi Ta Bà này, cho nên Bồ tát hiện thân nữ và chúng ta thường gọi ngài là Phật Bà hay là mẹ hiền Quán Thế Âm.

Lúc hợp thời là thế nào? Là lúc thích hợp để một lời nói hay việc làm có giá trị, có kết quả. Cũng ví như một hạt giống gieo vào đúng thời vụ sẽ cho kết quả tốt, có giá trị thu hoạch cao. Lời nói cũng vậy, nếu nói ra vào lúc không hợp thời thì không có giá trị, không có kết quả.

Kinh văn

Quán Thế Âm Bồ tát lại bạch Phật: "Bạch đức Thế Tôn! Con nhớ vô lượng ức kiếp về trước có đức Phật ra đời hiệu là Thiên Quang Vương Tĩnh Trụ Như Lai. Đức Phật ấy vì thương nghĩ đến con và tất cả chúng sanh nên nói ra môn Quảng Đại Viên Mãn Vô Ngại Đại Bi Tâm Đà-la-ni, ngài lại dùng tay sắc vàng xoa nơi đầu con mà bảo: Thiện nam tử! Ông nên thọ trì tâm chú này và vì khắp tất cả chúng sanh trong cõi nước ở đời vị lai mà làm cho họ được sự an vui lớn." Lúc đó con mới ở ngôi Sơ địa, vừa nghe xong thần chú này liền chứng vượt lên Đệ bát địa.

Vô lượng kiếp về trước có đức Phật hiệu là Thiên Quang Vương. Thiên Quang Vương (千光王), nghĩa là hàng ngàn tia sáng rực rỡ chiếu khắp. Tĩnh Trụ là an trụ trong chỗ vắng lặng. Ánh sáng này lưu xuất từ Phật tính thanh tịnh, nó vừa tĩnh [lặng] và vừa chiếu [sáng]. Như Lai là *"vô sở tùng lai diệc vô sở khứ"*, nghĩa là pháp thân của Phật không từ đâu đến, cũng không đi về đâu. Đó gọi là Như Lai.

"Đức Phật ấy vì thương nghĩ đến con và tất cả chúng sanh nên nói ra môn Quảng Đại Viên Mãn Vô Ngại Đại Bi Tâm Đà-la-ni." Quảng đại là rộng lớn; viên mãn là đầy đủ; Vô ngại là không có chướng ngại; Đại Bi là lòng đại bi tâm đà-la-ni.

"Ngài lại dùng tay sắc vàng xoa nơi đầu con mà bảo rằng: Này thiện nam tử, ông nên thọ trì tâm chú này vì khắp tất cả chúng sanh trong các cõi nước ở đời vị lai mà làm cho họ được sự an vui lớn." *"Ngài"* ở đây dùng chỉ vị

Thầy của Bồ tát Quán Thế Âm, vị Thầy này truyền cho câu chú và khuyên Ngài nên thọ trì để truyền bá và làm lợi ích cho chúng sanh.

Bồ tát nói: *"Lúc đó con mới ở ngôi Sơ địa, vừa nghe xong thần chú này liền chứng vượt lên đệ bát địa."* Đây là lời kể của Bồ tát Quán Thế Âm với đức Phật Thích Ca Mâu Ni. Bồ tát Bát địa, còn gọi là Bất động địa, cũng gọi Sắc tự tại địa hay Quyết định địa, Tịch diệt tịnh địa. Đây là địa vị tuyệt đối không bị phiền não làm lay động nhờ không ngừng sinh khởi trí tuệ vô tướng. Từ Sơ địa vượt thẳng lên Bất động địa, Kinh văn cho thấy thần lực của chú Đại Bi là bất khả tư nghì. Bồ tát Quán Thế Âm có duyên rất lớn nên nhờ được nghe thần chú này mà từ sơ địa chứng đắc thẳng lên Bát địa.

Kinh văn

Bấy giờ con rất vui mừng, liền phát nguyện rằng: "Nếu trong đời vị lai con có thể làm lợi ích an vui cho tất cả chúng sanh với thần chú này thì xin khiến cho thân con liền sinh ra ngàn tay ngàn mắt." Khi con phát thệ rồi, thì ngàn tay ngàn mắt đều hiện đủ nơi thân. Lúc ấy, cõi đất mười phương rung động sáu cách, ngàn đức Phật trong mười phương đều phóng ánh quang minh soi đến thân con và chiếu sáng mười phương vô biên thế giới.

Và sau khi phát lời nguyện rồi, thì ngàn tay ngàn mắt đều hiện ra nơi thân. Bồ tát Quán Thế Âm ngàn tay ngàn mắt, tức là có 1000 con mắt để nhìn thấu và có 1000 cánh tay để cứu vớt. Vậy phải chăng Ngài chỉ có thể cứu vớt cho 1000 chúng sanh đau khổ? Và nếu mình là chúng sanh thứ 1001 thì Bồ tát sẽ không thấy mình? Không nên hiểu như vậy. Thân Ngài có ngàn tay ngàn mắt. Nhưng con số một ngàn chỉ mang ý nghĩa tượng trưng của kinh điển Đại thừa, hàm ý chỉ sự cứu vớt của Bồ tát Quán Thế Âm là vô lượng vô biên, không bỏ sót một chúng sanh nào.

Cõi đất mười phương lúc bấy giờ rung động sáu cách. Thế nào gọi là rung động sáu cách? Có sáu chữ mô tả sự rung động mạnh: *chấn, hống, kích, động, dũng* và *khởi*. *Chấn*: rung động, phấn phát; *Hống*: dùng mô tả tiếng động lớn; *Kích*: nghĩa đập, đánh; *Động*: chấn động, chỉ sự bị rung mạnh; *Dũng*: dùng mô tả thế nước phun trào, ví dụ: núi lửa phun trào; và *Khởi*: vùng lên, dấy lên. Đây dùng chỉ những trạng thái trái đất rung động mạnh.

Ngàn đức Phật trong mười phương đều phóng ánh quang minh soi đến thân của con và chiếu sáng mười phương vô biên thế giới. Việc phóng hào quang là biểu thị cho sự thọ ký. Khi phóng tới thân của Bồ tát Quán Thế Âm rồi, tiếp tục chiếu khắp mọi nơi. Đó biểu thị cho công hạnh phổ độ chúng sanh của Bồ tát Quán Thế Âm. Kinh Đại thừa có những cách biểu thị thần thông như vậy.

Kinh văn

> **Từ đó về sau con ở trong vô lượng pháp hội của vô lượng chư Phật lại được nghe và thọ trì môn Đà-la-ni này. Mỗi lần nghe xong con khôn xiết vui mừng liền được vượt qua sinh tử vi tế trong vô số ức kiếp. Và từ ấy đến nay con vẫn hằng trì tụng chú này, chưa từng quên bỏ.**

Thọ trì (受持) là từ gốc Hán Việt. Thọ (hay thụ) nghĩa là *"nhận lấy, dung nạp"*, và trì nghĩa là *"gìn giữ, giữ lại"* (và thực hiện theo, không để mất đi, không để quên lãng). Trên thực tế, có người thọ nhưng không trì. Ví dụ như thọ giới nhưng không trì giới, lại sinh tâm thắc mắc rằng: Sao lại nói quy y Phật không đọa địa ngục? Vậy, quy y Phật mà giết người thì có đọa địa ngục không? Sao lại không đọa?

Đã giết người thì không phải là quy y Phật. Chúng ta nên biết rằng hai việc này trái nghịch nhau. Nếu không hiểu rõ, cứ chấp chặt từng câu chữ, thì tự mình sẽ bị mắc kẹt. Đó là suy nghĩ không đúng đắn, không thấu hiểu đạo lý. Nếu thực sự thọ trì giáo pháp thì phải cố gắng tu tập để vượt qua sinh tử luân hồi, phải vận dụng giáo pháp vào đời sống thực tế của mình bằng cách giữ gìn chính niệm, đi đứng nằm ngồi đều ở trong chính niệm.

Vượt qua sinh tử vi tế trong vô số ức kiếp và từ ấy đến nay con vẫn hằng trì tụng chú này chưa từng quên bỏ. Bồ tát Quán Thế Âm trải qua bao nhiêu kiếp rồi vẫn luôn trì tụng và chưa một lần quên bỏ, dù Ngài đã chứng Bát địa ngay từ lần nghe đầu tiên. Còn chúng ta thì ngược lại, đang mang thân phàm phu đầy khổ não mà khuyên trì chú lại nói không có thời gian. Muốn đạt được hạnh phúc, muốn giải trừ khổ đau thì phải nỗ lực tu hành, như vậy mới được an lạc. Cho nên, đau khổ không dứt trừ đều là lỗi của chính chúng ta.

Bồ tát Quán Thế Âm luôn trì tụng Chú Đại Bi. Chúng ta vì sao mỗi ngày không trì được vài ba biến? Không trì chú, không niệm Phật thì mình trì niệm cái gì? Trì phiền não và niệm chúng sanh mà thôi. Phân tích như vậy để biết rằng trì tụng Chú Đại Bi là việc không thể không thực hành.

Kinh văn

> **Do sức trì tụng ấy, tùy theo chỗ sinh, con không còn chịu thân bào thai, được hóa sinh nơi hoa sen, thường gặp Phật nghe pháp.**

Do sức trì tụng ấy, tùy theo chỗ sinh, con không còn chịu thân bào thai, được hóa sinh nơi hoa sen, thường gặp Phật nghe pháp. Nhờ trì chú này nên không sinh vào thân bào thai (thai sinh). Câu này ý nói rằng ngài ở trong hóa sinh (hoá sinh nơi hoa sen), từ trong phước đức mà hóa hiện ra, thường gặp Phật và nghe pháp. Đó là đời sống hạnh phúc của ngài.

5.5. Phát nguyện cầu Quán Thế Âm Bồ tát

Kinh văn

Nếu có vị Tỳ-kheo, Tỳ-kheo ni, Ưu-bà tắc, Ưu-bà-di hay đồng nam, đồng nữ nào muốn tụng trì chú này, trước tiên phải phát tâm từ bi đối với chúng sanh, và sau đây y theo con mà phát nguyện.

Nếu có vị Tỳ kheo, Tỳ kheo Ni, Ưu bà tắc, Ưu bà di hay đồng nam, đồng nữ nào muốn tụng trì chú này trước tiên phải phát tâm từ bi đối với tất cả chúng sanh. Liên quan đến Tỳ-kheo,[1] cần hiểu về các ý nghĩa *bố ma, phá ác* và *khất sĩ.* Bố ma, nghĩa là làm cho ma quân khiếp sợ. Phá ác, nghĩa là bỏ đi, phá trừ việc ác; nếu làm việc ác thì không phải là Tỳ-kheo. Khất sĩ là kẻ ăn xin, với ý nghĩa: trên thì ăn xin giáo pháp của Phật, dưới thì hóa độ chúng sanh. Không phân biệt giàu nghèo, sang hèn, lớn bé, người ta cho cái gì thì kẻ sĩ tùy tâm mà thọ dụng, tùy sức mà giáo hóa. Đấy mới đúng là nghĩa của chữ khất sĩ. Nhờ nhân bố ma, phá ác và khất sĩ, sẽ đạt được quả tối cao, đó là chứng A-la-hán, thành tựu các phẩm tính vô sinh, ứng cúng[2] và sát tặc.[3] Tỳ-kheo có ba nghĩa thì A-la-hán cũng thành tựu ba bậc, Tỳ kheo là nhân và A-la-hán là quả.

---

[1] Tỳ-kheo (chữ Hán: 比丘) là danh từ phiên âm từ chữ bhikkhu trong tiếng Pali và chữ bhikṣu trong tiếng Sanskrit, có nghĩa là "người khất thực".

[2] *Ứng cúng* là bậc xứng đáng được tôn trọng cúng dường bởi lẽ các Ngài đã vượt qua các lậu hoặc (vô lậu).

[3] *Sát tặc* (giết giặc) chỉ người tiêu diệt giặc phiền não (của chúng sanh), người chế ngự dục vọng. Đó là bậc A-la-hán.

Tỳ-kheo ni chỉ cho nữ tu sĩ Phật giáo, họ phải giữ 348 giới. Có người nói đức Phật không từ bi, bắt mấy cô Ni giữ giới, mà phải giữ tới 348 giới, trong khi quý thầy (tỳ-kheo) thì chỉ phải giữ 250 giới. Không nên hiểu như vậy. Thân nữ, trong tâm sinh lý phải chịu những khuyết điểm, nên đức Phật phải tùy cơ đối trị, dùng 348 điều giới để giữ cho thân tâm của các vị đều được thanh tịnh, nếu có thể nghiêm trì không hủy phạm thì sự thanh tịnh sẽ được duy trì liên tục và sẽ chứng được quả A-la-hán. Điều mà đức Phật mong muốn, đó là làm sao để tất cả chúng sanh nam nữ đều thoát khỏi sinh tử luân hồi. Đó mới chính là đại từ bi, mới chính là bình đẳng.

Ưu-bà-tắc hay cận sự nam là chỉ cho những nam cư sĩ Phật tử, ưu-bà-di hay cận sự nữ chỉ cho những nữ cư sĩ Phật tử. Phật tử là danh từ chung chỉ người con Phật, tuân theo giáo lý nhà Phật. Có hai giới, đó là Phật tử xuất gia và Phật tử tại gia. Đồng nam, đồng nữ dùng chỉ những người chưa lập gia đình.

Việc đầu tiên trước tiên khi trì Chú Đại Bi, Bồ tát Quán Âm dặn dò phải phát tâm từ bi với tất cả chúng sanh thì năng lực trì chú mới có hiệu quả. Phật tử nên nhớ điểm này, tâm từ bi chưa đủ thì trì chú chưa phát huy được diệu dụng. Và việc tiếp theo là y theo con mà phát nguyện. Nội dung phát nguyện như sau:

Kinh văn

Nam-mô Đại Bi Quán Thế Âm,
Nguyện con mau biết tất cả pháp.
Nam-mô Đại Bi Quán Thế Âm,
Nguyện con sớm được mắt trí tuệ.

Nam-mô Đại Bi Quán Thế Âm,
Nguyện con mau độ các chúng sanh,

Nam-mô Đại Bi Quán Thế Âm,
Nguyện con sớm được phương tiện khéo.

Nam-mô Đại Bi Quán Thế Âm. Nguyện con mau biết tất cả pháp. Nam-mô nghĩa là quy y, là trở về nương tựa. Đại Bi Quán Thế Âm là đấng đại bi Bồ tát Quán Thế Âm. Muốn biết tất cả pháp thì phải trì tất cả pháp. Nguyện con mau biết tất cả pháp tức là nguyện có được sự gia trì để tu tập tất cả pháp môn. Pháp môn không thể cùng lúc tu tập tất cả nhưng phải hướng tâm về tất cả, phải kiên trì mà theo đuổi. Cho nên mỗi ngày người học Phật đều phát nguyện "Pháp môn vô lượng thệ nguyện học." Học được điều gì thì phải luôn gắng học, đừng nên giới hạn sự học của mình.

Nam-mô Đại Bi Quán Thế Âm. Nguyện con sớm được mắt trí tuệ. Đức Phật là bậc duy nhất có đủ *"ngũ nhãn, lục thông"*, vậy ngũ nhãn là gì? Đó là: *Nhục nhãn, Thiên nhãn, Tuệ nhãn, Pháp nhãn* và *Phật nhãn.* Người phàm phu chỉ có nhục nhãn, tức là con mắt thịt, con mắt thông thường. Tuệ nhãn (con mắt trí tuệ) là khả năng chỉ có ở người tu học phát triển được trí tuệ. Muốn trí tuệ phát triển, tuệ nhãn sáng tỏ thì phải siêng tu thiền định, tĩnh lặng soi chiếu trong tự tâm mình, khiến cho mọi vọng tưởng đều dứt bặt. Vọng tưởng không còn thì trí tuệ tự nhiên tỏa sáng, cho nên chư Tổ dạy rằng: *"Tâm địa nhược không, tuệ nhật tự chiếu."* (Trong tâm được rỗng rang vắng lặng thì mặt trời trí tuệ tự nhiên tỏa chiếu.) Nếu tu tập chậm tiến triển thì nên lễ Phật sám hối. Lễ Phật sám hối thì phá trừ được ngã chấp, phước đức sinh trưởng, có thể nhờ đó mà giảm bớt vọng tưởng. Do vậy mà nguyện cầu sự gia trì của Bồ Tát Quán Thế Âm để sớm có được đôi mắt trí tuệ.

Nhờ tu tập trí tuệ như vậy mới học được Phật pháp, nhìn thấu được rằng tất cả pháp môn, phương tiện rốt cùng đều chỉ vì một mục đích là cứu độ hết thảy chúng sanh. Do vậy nên tiếp theo là phát nguyện: *"Nam-mô Đại Bi Quán Thế Âm. Nguyện con mau độ các chúng sanh."* Chúng sanh chính là những tâm niệm tham lam, ích kỷ, giận hờn, chê trách, buồn chán, hẹp hòi, tự ti, mặc cảm, khép kín... Hết thảy phiền não đều là những chúng sanh ở trong lòng mình. Nếu không hóa độ được những chúng sanh này thì chính mình sẽ bị chúng chi phối, phải luôn sống trong đau khổ. Cho nên mới cầu nguyện sự gia trì của Bồ tát Quán Thế Âm để mau mau cứu độ hết những chúng sanh trong lòng mình. Một khi độ được những chúng sanh phiền não trong lòng mình thì chúng sanh bên ngoài tự nhiên cũng sẽ được cứu độ.

Nam-mô Đại Bi Quán Thế Âm. Nguyện con sớm được phương tiện khéo. Mặc dù hết thảy phương tiện đều là để giáo hóa, cứu độ chúng sanh, nhưng trong đó người có trí tuệ sẽ khéo chọn được những phương tiện thiện xảo, có hiệu quả giáo hóa nhiều hơn, mang lại nhiều lợi lạc nhiều hơn cho chúng sanh. Do vậy mới có lời nguyện cầu Bồ Tát Quán Thế Âm gia trì để sớm có được phương tiện khéo léo.

Kinh văn

Nam-mô Đại Bi Quán Thế Âm,
Nguyện con mau lên thuyền bát-nhã.
Nam-mô Đại Bi Quán Thế Âm,
Nguyện con sớm được qua biển khổ.

Nam-mô Đại Bi Quán Thế Âm,
Nguyện con mau được đạo giới định.
Nam-mô Đại Bi Quán Thế Âm,
Nguyện con sớm lên non Niết-bàn.

Nam-mô đại bi Quán Thế Âm. Nguyện con mau lên thuyền Bát-nhã. Thuyền Bát-nhã là tượng trưng cho trí tuệ đưa người vượt qua biển khổ luân hồi. Muốn vượt thoát luân hồi thì trước hết phải trừ dứt được ngã chấp, vì đó là điều kiện để trí tuệ sinh khởi. Do vậy, còn một mảy may ngã chấp thì không mong gì được lên thuyền Bát-nhã.

Nam-mô Đại Bi Quán Thế Âm. Xin cho con vượt qua biển khổ. Đức Phật nói rằng: Nước mắt đau khổ của chúng sanh nhiều hơn nước đại dương. Bởi vì nước mắt khổ đau đó tích lũy từ vô thủy đến nay, và chúng sanh còn mãi si mê nên sẽ còn tiếp tục ở trong biển khổ. Khi niệm Bồ tát Quán Thế Âm thì chúng ta có được sự gia trì thanh tịnh, nhờ đó chúng ta có thể vượt qua biển khổ. Niệm Nam-mô Quán Thế Âm Bồ tát là cầu lực gia trì, còn thực sự vượt qua biển khổ là dựa vào năng lực tu tập. Do đó, muốn dứt khổ thì niệm Nam-mô Quán Thế Âm Bồ tát, nhưng phải là niệm với tất cả công phu, nỗ lực tu tập của tự thân mình.

Nam-mô Bồ tát Quán Thế Âm. Nguyện con mau được đạo giới định. Muốn được giới thì phải quy y thọ giới, phải trì giới. Việc thọ giới không phải từ riêng một ông thầy nào, mà là mình thông qua vị thầy truyền giới để thọ nhận giới của Phật chế định, thọ nhận pháp giải thoát của Phật. Việc quy y Tam Bảo cũng vậy, tuy phải dựa vào một vị thầy đứng ra làm nghi lễ quy y, nhưng vị thầy đó chính là tiêu biểu cho cả Phật, Pháp và Tăng-già. Vì vậy, người Phật tử đã quy y rồi thì đối với chư Tăng ở bất cứ chỗ nào cũng đều phải sinh tâm kính trọng như nhau.

Khi ngồi thiền mà không định được, hoặc trong lúc hoang mang, lo sợ, thì nên ngồi im niệm Nam-mô Quán Thế Âm Bồ tát. Nếu vẫn không có định được, thì đứng lên và lạy một lạy Nam-mô Quán Thế Âm Bồ tát. Vừa lạy vừa niệm thì rất nhanh định. Những lúc đứng trước ranh giới của sự tù đày và tự do, thì nên nương vào sự gia hộ của Bồ tát Quán Thế Âm

Niệm Bồ tát Quán Thế Âm còn giúp cho mình có trí tuệ nữa. Khi niệm Bồ tát Quán Thế Âm thì không nghĩ đông nghĩ tây, chỉ tập trung ở một điểm, nhờ vậy mình có định. Có định thì tâm sẽ sáng, tâm sáng là có trí tuệ. Cho nên nói rằng niệm Bồ tát Quán Thế Âm sẽ có trí tuệ.

Nam-mô Đại Bi Quán Thế Âm. Nguyện con sớm lên non Niết-bàn. Ngọn núi Niết-bàn là biểu tượng của sự thành tựu giải thoát viên mãn, với bốn phẩm tính: *chân thường, chân lạc, chân ngã* và *chân tịnh*. Phàm phu sống trong cảnh giới sinh diệt thì tất cả các pháp đều là *vô thường, khổ, vô ngã* và *bất tịnh*. Đạt được giải thoát viên mãn, không còn trôi lăn trong sinh diệt thì đó là *chân thường*. Thường trụ trong an vui thanh tịnh, đó là *chân lạc*. Không còn bám chấp vào bản ngã hư dối không thực thể, đó là *chân ngã*. Dứt sạch mọi phiền não nhiễm ô, đó là *chân tịnh*. *"Nguyện con sớm lên non Niết-bàn"* là cầu sự gia trì của Bồ Tát Quán Thế Âm để sớm đạt đến sự giải thoát viên mãn.

Kinh văn

Nam-mô Đại Bi Quán Thế Âm,
Nguyện con mau về nhà vô vi.
Nam-mô Đại Bi Quán Thế Âm,
Nguyện con sớm đồng thân pháp tánh.

"Nguyện con mau về nhà vô vi." Vô vi là chữ mượn dùng của Lão giáo để mô tả khái niệm Phật giáo. Khi Phật giáo truyền đến Trung Hoa thì Khổng giáo và Lão giáo đều đã phát triển lâu rồi. Do đó, các bậc đại sư khi chuyển dịch kinh điển vẫn thường mượn một số thuật ngữ thích hợp có sẵn để chuyển dịch những khái niệm mới trong đạo Phật. Vì vậy, vô vi ở đây không thực sự là vô vi theo cách hiểu của Lão giáo, mà chỉ đến trạng thái vô tác, vô ký, khi hành giả

đã dứt bặt mọi phiền não, vọng niệm, do đó không còn tạo ra thêm bất kỳ một nghiệp nhân nào, dù là thiện nghiệp hay ác nghiệp. *"Về nhà vô vi"* là dẹp sạch phiền não vọng tâm, trở về lại với tâm thức sáng suốt tịch lặng sẵn có của chính mình. Do không còn tạo nghiệp nên đã chấm dứt hoàn toàn nghiệp nhân lưu chuyển trong luân hồi.

"Nguyện con sớm đồng thân pháp tánh." Thân pháp tánh là thân với tánh thể chân thật của pháp, không phải tấm thân dị sanh dị diệt kết hợp từ những yếu tố vật chất vô thường và bất tịnh như hiện nay chúng ta đang có. Hết thảy chúng sanh vốn đều đồng một thân này, bình đẳng không phân cao thấp, tốt xấu, sạch dơ... Chỉ vì một niệm vô minh dấy khởi, bám chấp vào bản ngã, đem bản thân mình phân biệt với tất cả các pháp bên ngoài, làm khởi sinh ngã và ngã sở, làm nhân duyên tạo tác vô số nghiệp tội. Do vậy, người tu nguyện được sức gia trì của Bồ Tát Quán Thế Âm để nỗ lực tu tập của mình sớm đạt đến tánh thể chân thật thường còn, tức là trở về được với thân pháp tánh bản lai thường thanh tịnh.

Toàn bộ các đoạn kệ tụng từ bên trên cho đến hết đoạn này (gồm 20 câu) đều là nói về tánh thể của sự tu tập và nguyện cầu sức gia trì của Bồ Tát Quán Thế Âm để người tu sớm đạt được những tánh thể đó. Phần bên dưới (gồm 12 câu) sẽ tiếp tục trình bày về công năng, tác dụng của sự tu tập thành tựu các tánh thể như trên. Nói cách khác, thể và dụng như hai mặt tương quan của một vấn đề, không thể tách rời nhau. Người tu tập nếu không đạt được tánh thể thì cũng không bao giờ thấy được công năng, tác dụng của sự tu tập.

Kinh văn

Nếu con hướng về nơi non đao,
Non đao tức thời liền sụp đổ.
Nếu con hướng về lửa, nước sôi,
Nước sôi, lửa cháy tự khô tắt.

Nếu con hướng về cõi địa ngục,
Địa ngục liền mau tự tiêu diệt.
Nếu con hướng về loài ngạ quỷ.
Ngạ quỷ liền được tự no đủ.

Nếu con hướng về chúng Tu-la,
Tu-la tâm ác tự điều phục.
Nếu con hướng về các súc sinh,
Súc sinh tự được trí tuệ lớn.

Đoạn kệ tụng này nói về công năng của sự tu tập đã thành tựu. Bồ Tát với tâm đã thanh tịnh, trọn đủ giới định tuệ, có đủ các phương tiện khéo léo mầu nhiệm đều để giúp vào việc hóa độ, cứu vớt khổ đau cho tất cả chúng sanh. Vị Bồ Tát như thế có công năng tự tại vô ngại, nên khi ngài hướng về non đao thì "non đao tức thời liền sụp đổ", hướng về lửa, nước sôi thì "nước sôi lửa cháy tự khô tắt", hướng về địa ngục thì "địa ngục liền mau tự tiêu diệt", hướng về ngạ quỷ thì "ngạ quỷ liền được tự no đủ". Đó là những công năng có thể giúp cứu khổ chúng sanh trong Ba cõi. Ngoài ra còn có những công năng giáo hóa mầu nhiệm, như khi Bồ Tát hướng về chúng A-tu-la thì "Tu-la tâm ác tự điều phục", hướng về súc sinh thì "súc sinh tự được trí tuệ lớn". Đó là những công năng giáo hóa hết sức nhiệm mầu có thể giúp chúng sanh đạt đến sự giải thoát.

5.6. Hạnh Nguyện của Quán Thế Âm Bồ tát

Kinh văn

Khi phát lời nguyện ấy xong, chí tâm xưng danh hiệu của con, lại chuyên niệm danh hiệu bổn sư con là đức A-di-đà Như Lai, kế đó tiếp tụng đà-la-ni thần chú này. Nếu chúng sanh nào, trong một ngày đêm tụng năm biến chú, sẽ diệt trừ được tội nặng trong ngàn muôn ức kiếp sinh tử.

Bồ tát Quán Thế Âm có 32 ứng hóa thân và 14 pháp vô úy khiến cho tất cả các chúng sanh cầu gì được nấy. Hạnh nguyện của Bồ tát Quán Thế Âm là bất khả tư nghì. Không ai có thể phủ nhận được sự gia bị mầu nhiệm của Bồ tát Quán Thế Âm, nhất là những người đã từng vượt biển, những người đi vào rừng sâu hoặc ra nơi chiến trận. Có niềm tin sâu sắc với Bồ tát Quán Thế Âm thì mới có sự ứng nghiệm, còn nếu như khởi tâm nghi ngờ, cho dù trì chú cũng không có linh nghiệm.

Ở đây chúng ta học Kinh Đại Bi Tâm Đà-la-ni để hiểu thêm về hạnh nguyện của ngài như thế nào thông qua Chú Đại Bi này. Kinh văn ghi: *"Nếu chúng sanh nào, trong một ngày một đêm tụng năm biến chú, sẽ diệt trừ được tội nặng trong ngàn muôn ức kiếp sinh tử."* Tụng mỗi ngày năm biến Chú Đại Bi, mỗi biến độ chừng ba phút, mỗi ngày có 15 phút. Vậy mà công đức có thể tiêu trừ tội nặng ở trong ngàn muôn ức kiếp luân hồi. Công đức này quả là lớn! Chúng ta không làm gì có giá trị hơn, có lợi hơn như việc này. Vậy tại sao mỗi buổi sáng chúng ta không bỏ ra 15 phút để trì 5 biến Chú Đại Bi trước khi làm việc? Chúng ta nên tranh thủ thời gian thực tập. Ai chưa thuộc, thầy khuyên nên học thuộc, phải học thuộc Chú Đại Bi.

Kinh văn

Quán Thế Âm Bồ Tát lại bạch Phật: "Bạch Thế Tôn! Nếu trong hàng trời, người, có ai trì tụng bài chú Đại Bi này, đến khi lâm chung thì chư Phật mười phương đều hiện đến cầm tay vị ấy, trong lòng muốn sinh về cõi Phật nào liền được tùy nguyện vãng sinh."[1]

Rồi Quán Thế Âm Bồ Tát lại bạch Phật: "Bạch đức Thế Tôn! Nếu chúng sanh nào trì tụng thần chú Đại Bi mà còn bị đọa vào ba đường ác, con thề không thành Chính giác. Tụng trì thần chú Đại Bi, nếu không được sinh về các cõi Phật, con thề không thành Chính giác. Tụng trì thần chú Đại Bi, nếu không được vô lượng tam muội biện tài, con thề không thành Chính giác."

Vấn đề ở đây là: Bồ tát Quán Thế Âm đã thành Chính giác hay chưa? Nếu thành rồi thì sao còn làm Bồ tát? Hạnh nguyện chưa tròn phải không? Thực ra, hạnh của Ngài đã tròn đầy nhưng nguyện chưa dứt, nên chưa lấy danh hiệu của một đức Phật, cho dù diệu dụng và khả năng của Ngài như một đức Phật. Hơn nữa, trước đây có kiếp ngài cũng đã thành Phật rồi. Đức Phật Thích Ca Mâu Ni nói: Ngài đã thành Phật rồi nhưng vì hạnh nguyện chưa xong nên Ngài còn giữ tiếp thân Bồ tát để giáo hóa độ sinh. Theo đại nguyện của Ngài thì: Nếu hằng ngày trì chú như vậy, chắc chắn không bị đọa vào trong địa ngục, ngạ quỷ và súc sinh.

Tụng trì thần chú Đại Bi nếu không được sinh về các cõi Phật con thề không thành Chính giác. Đó là đại nguyện của ngài. Đừng nghĩ rằng chỉ niệm Phật A-di-đà mới sinh cõi Tây Phương Tịnh Độ mà trì Chú Đại Bi không được

---

[1] Trong bản dịch của Hòa thượng Thiền Tâm không thấy đoạn này. Chúng tôi căn cứ nguyên bản Hán văn để dịch bổ sung.

vãng sinh; hoặc như chỉ chuyên chú trì tụng Chú Đại Bi, mà không niệm Phật để cầu vãng sinh. Thực ra, chỉ cần niệm danh hiệu của Bồ tát Quán Thế Âm là đã được vãng sinh Tây Phương Tịnh Độ, đừng nói chi là trì tụng Thần Chú Đại Bi này.

Tụng trì thần chú Đại Bi nếu không được vô lượng tam muội biện tài con thề không thành Chính giác. Tam muội biện tài là thế nào? Tam muội là đại định. Khi niệm Phật, niệm liên tục, niệm như dòng nước chảy, niệm cho đến nhất tâm bất loạn; đó là trạng thái niệm Phật tam muội.

Biện tài có bốn loại, gọi là *Tứ vô ngại biện tài*, bao gồm: *Từ vô ngại biện tài, Nghĩa vô ngại biện tài, Ngữ vô ngại biện tài* và *Nhạo thuyết vô ngại biện tài*. Người có đủ *Tứ vô ngại biện tài* này thì khéo trình bày Phật pháp phù hợp với lý lẽ, nắm vững được từ ngữ, ý nghĩa, văn phong, do đó có thể khuất phục được hết thảy các luận thuyết trái với Phật pháp, hơn nữa còn luôn cảm thấy vui thích trong việc biện giải Giáo pháp. Đó gọi là *Nhạo thuyết vô ngại biện tài*.

Do vậy, nếu ai muốn có khả năng hùng biện, bình tĩnh khi đứng trước công chúng thì nên trì Chú Đại Bi. Mầu nhiệm như vậy đó. Nhờ khả năng nhạo thuyết vô ngại, người thuyết giảng có thể từ một chữ mà giảng nói ra thao thao bất tận, hoặc là có thể trong vô lượng nghĩa mà quy kết về một chữ. Sức linh hoạt là như vậy. Bồ Tát Quán Thế Âm nguyện rằng: Nếu như trì tụng thần chú Đại Bi không được vô lượng tam muội biện tài, con thề không thành Chính giác.

Kinh văn

Tụng trì thần chú Đại Bi, tất cả sự mong cầu trong đời hiện tại, nếu không được vừa ý, thì chú này không được gọi là

Đại Bi tâm đà-la-ni, duy trừ cầu những việc bất thiện, trừ kẻ tâm không chí thành. Nếu các người nữ chán ghét thân nữ, muốn được thân nam, tụng trì thần chú Đại Bi, như không chuyển nữ thành nam, con thề không thành chánh giác.

Trì tụng thần Chú Đại Bi, tất cả sự mong cầu trong đời hiện tại nếu không được vừa ý thì chú này không được gọi là Đại Bi Tâm Đà-la-ni. Có những Phật tử cũng trì Đại Bi Tâm Đà-la-ni, nhưng cầu hoài mà không thấy trúng số. Như vậy chú này không phải là Đại Bi Tâm Đà-la-ni hay sao? Kinh văn ghi: *Duy trừ cầu những việc bất thiện, trừ kẻ tâm không chí thành.* Cầu trúng số không phải việc thiện. Không muốn làm việc, muốn chờ người khác làm để mình được hưởng, lại muốn có tiền sẵn cho mình xài. Như vậy thật không nên chút nào. Vậy nên chúng ta nhớ rằng, khi trì chú không được có dụng tâm khác. Dụng tâm mong cầu lợi dưỡng, dụng tâm để điều phục người khác, tất cả đều là bất chính, sẽ không bao giờ thành tựu được.

Nếu các người nữ chán ghét thân nữ muốn được thân nam, tụng trì thần chú Đại Bi, như không chuyển nữ thành nam, con thề không thành Chính giác. Sở dĩ chán ghét thân nữ là bởi thân nữ yếu đuối, thường sợ hãi và có chướng nghiệp. Nhưng nếu như trong tâm mình phát khởi sự thanh tịnh, phát khởi đại nguyện tu tập thì bất chấp những chướng duyên đó, mình vẫn có thể thành tựu được các pháp môn mà đức Phật đã chỉ dạy. Nữ nhân mà tu tập được như thế thì đó sẽ là nữ nhân trượng phu. Cho nên, thân nữ quả thật có gây khó khăn phần nào trong sự tu tập, nhưng thân nữ không phải là xấu xa. Nhiều người được mang thân nam tử nhưng vẫn không làm được điều gì ý nghĩa, cũng để luống trôi qua một đời. Như vậy thì đời sống không có giá trị gì hết. Tuy nhiên, nếu có ai vì những khó khăn bất tiện của thân nữ mà chán ghét, muốn cầu được thân nam, Bồ Tát Quán Thế Âm nguyện rằng: *"Tụng trì thần chú Đại Bi, nhưng không chuyển nữ thành nam, con thề không thành Chính giác."*

Kinh văn

Như kẻ nào tụng trì chú này, nếu còn sanh chút lòng nghi, tất không được toại nguyện. Nếu chúng sanh nào xâm tổn tài vật, thức ăn uống của thường trụ sẽ mang tội rất nặng, do nghiệp ác ngăn che, giả sử ngàn đức Phật ra đời cũng không được sám hối, dù có sám hối cũng không trừ diệt. Nếu đã phạm tội ấy, cần phải đối mười phương đạo sư sám hối, mới có thể tiêu trừ. Nay do tụng trì chú Đại Bi liền được trừ diệt. Tại sao thế? Bởi khi tụng chú Đại Bi tâm đà-la-ni, mười phương đạo sư đều đến vì làm chứng minh, nên tất cả tội chướng thảy đều tiêu diệt.

Nếu chúng sanh nào xâm tổn của tài vật, thức ăn uống của thường trụ sẽ mang tội rất nặng. Của thường trụ là tài vật không thuộc về bất cứ ai, mà là của tất cả chúng sanh. Vì là của tất cả chúng sanh nên được truyền đời đời. Tài vật đã đưa vào chùa thì là của thường trụ.

Của thường trụ thuộc về tất cả nên cách thức quản lý khác với tài sản cá nhân. Ví dụ, một vị Tăng muốn xây chùa, thất, tuy là để làm trú xứ cho vị ấy, nhưng vẫn không phải là việc cá nhân. Vị Tăng đó phải đến gặp Tăng chúng ở trong vùng đó, cung thỉnh chư Tăng để thưa trình: *"Hôm nay có Phật tử phát tâm cúng dường làm chùa, thỉnh chư Tăng chứng minh."* Chư Tăng đến xem có đúng như vậy không? Phật tử cúng như vậy có đúng pháp không? Và làm chỗ nào? Thời xứ, nạn xứ nào không được làm? Ngày xưa, vào thời Phật tại thế đã có việc như thế này: Một vị Tỳ kheo tự nhiên muốn chặt cây để làm thất. Vốn là cây che mát, nên nhiều người phiền não, nói: *"Tỳ kheo không biết điều, cây che mát cho dân chúng đi qua chỗ này, sao lại tới chặt làm cái thất?"* Hoặc nếu xây chùa gần bìa rừng có thú dữ ảnh hưởng đến sự an toàn của chư Tăng, nên không cho làm. Thời xứ, nạn xứ là như vậy.

Cho đến y bát tuy là tài sản dùng riêng của vị tăng, nhưng cũng thuộc về thường trụ. Nếu vị tăng chết đi thì tài sản đó sẽ chia đều cho các vị tăng hiện diện chỗ đó. Hiện diện là sao? Tức là không cần biết vị tăng đó có thường xuyên ở chỗ đó hay không? Nhưng nếu vị tăng ghé thăm lại đúng dịp vị Thầy đó chết, thì vị tăng ấy vẫn được hưởng phần chia. Đó gọi là Tăng thường trụ. Cách tổ chức của Phật rất hay, không phân biệt là Tăng xứ này hay xứ kia. Đến chùa ngày thứ nhất là khách, ngày thứ hai làm quen, ngày thứ ba sẽ được tính là tăng trong chùa đó, phải tham gia sinh hoạt giống như tăng chúng ở đó.

Của thường trụ là của bá tính, của thiên hạ, là của chung. Vì là của chung nên giá trị rất là nặng nề. Do nặng nề như vậy nên chúng ta lấy đi dù chỉ một chút xíu (cho dầu cây kim ngọn cỏ), không cho mà lấy, đều là ăn trộm của thường trụ, phải mắc tội nặng. Cho nên, khi còn trụ trì chùa ở Việt Nam, Thầy tuyên bố với Phật tử: "Đi vào trong chùa muốn nhổ một cọng cỏ cũng phải thưa thầy biết. Nếu như tự ý lấy là phạm tội ăn trộm của thường trụ." Không phải mình khó khăn, nhưng kinh điển ghi như vậy. Có những người không dụng tâm, nhưng họ mắc lỗi là do họ không báo, không thưa, thế là phạm pháp. Đây là những điều chúng ta phải thận trọng: Đi vào chùa dứt khoát không lấy gì mang ra. Nếu có lấy thì nhất định phải thưa cho thầy trụ trì hoặc người quản lý chỗ đó biết. Họ đồng ý thì mình không mắc tội ăn trộm. Vì sao? Vì không cho mà lấy gọi là ăn trộm, còn người ta cho mình thì không phải là ăn trộm.

Nếu chúng sanh nào xâm tổn của tài vật, thức ăn uống của thường trụ sẽ mang tội rất nặng, do nghiệp ác nặng ngăn che, giả sử ngàn đức Phật ra đời cũng không được sám hối. Câu này có nghĩa là cho dù cả ngàn đức Phật ra đời, nhưng do nghiệp ác ngăn che, khiến cho người này không gặp được Phật để sám hối. Những tội này là tội nặng và dù có sám hối cũng không diệt trừ được, nhưng nếu đã phạm tội ấy thì cần phải đối trước mười phương đạo sư sám hối.

Về sự sám hối, trong giới luật Phật quy định rất chi tiết. Phạm lỗi với một người thì đến trước người đó để xin lỗi, gọi là đối trước một người mà sám hối. Phạm những lỗi lớn hơn, ở trong Tăng thường cần đối trước bốn vị Tỳ-kheo mà sám hối. Lỗi lớn hơn nữa, cần đối trước 10 vị Tỳ-kheo. Lỗi rất lớn cần đối trước 20 vị Tỳ-kheo mà sám. 20 vị Tỳ kheo được gọi là Đại Tăng, phải đủ 20 vị thì sám hối mới được, nếu 19 vị cũng không được. Đây là những vấn đề bất khả tư nghì trong Phật pháp. Chúng ta đừng sơ sót chỗ này.

Nếu phạm tội trộm cắp của thường trụ, tức là của thập phương, thì sám hối cũng phải tương đồng với cái dụng tâm của mình, đó là ăn trộm. Mình dụng tâm ăn trộm của thường trụ (tức là của thập phương) thì cũng phải hướng tới thập phương đạo sư sám hối mới giải được. Nếu sám hối với một đức Phật thì không được, vì một đức Phật không đại diện cho thập phương.

Với những tội nặng như kể trên, phải đối trước mười phương chư Phật để sám hối mới mong trừ được. Nhưng Bồ tát Quán Thế Âm trong kinh này cho ta biết rằng: *"Nay do tụng trì chú Đại Bi liền được trừ diệt."* Tại sao vậy? Bởi khi tụng chú Đại Bi Tâm Đà-la-ni, mười phương đạo sư đều vì người tụng chú mà chứng minh. Khi trì tụng, mười phương đạo sư đều có sự cảm nhận. Trong sự cảm nhận đó, chúng ta khởi nguyện sám hối thì liền được chứng minh.

Tuy mình không thỉnh các ngài hiện diện được, nhưng mình đã thỉnh trong cái vô hình, cái vô thức đó "nên tất cả tội chướng thảy đều tiêu diệt."

Kinh văn

> **Chúng sanh nào tụng Chú Đại Bi này tất cả tội thập ác, ngũ nghịch, báng pháp, hại người, phá giới, phạm trai, hủy hoại Chùa tháp, trộm của Tăng-kỳ, làm nhơ phạm hạnh, bao nhiêu tội ác nghiệp chướng nặng như thế đều được tiêu hết, duy trừ một việc: kẻ tụng đối với chú còn sanh lòng nghi. Nếu có sanh tâm ấy, thì tội nhỏ nghiệp nhẹ cũng không được tiêu, huống chi tội nặng? Nhưng tuy không liền diệt được tội nặng, cũng có thể làm nhân bồ đề về kiếp xa sau.**

Tội thập ác là trái ngược với thập thiện. Báng pháp là khinh chê, hủy báng chính pháp. Mặc dù chúng ta thành tín với pháp môn của mình đã chọn, nhưng lại phỉ báng pháp môn mà người khác tu tập. Đó gọi là tội báng pháp.

Còn tội hại người, đó là nói tự nhiên vô duyên vô cớ làm hại người khác, hoặc là do tâm ganh tị nên tìm cách hại người để cho họ trở nên thấp kém hơn mình. Rồi tội phá giới: mình tự nguyện thọ giới, mới thọ bữa trước, bữa sau về cũng làm một ly bia ngon lành. Thọ thì phải trì, phải giữ. Nếu lỡ phạm thì phải sám hối, cố gắng không tái phạm. Đó mới là thái độ hướng thiện. Phạm trai là ăn thịt cá. Tinh thần của Đại thừa, của Bồ tát đạo là không ăn mạng sống của chúng sanh, vì gây nhân giết hại sẽ phải chịu quả giết hại, khiến cho chúng sanh đời đời ăn nuốt qua lại lẫn nhau. Lòng đại bi của Phật là thương yêu tất cả chúng sanh. Mình thương nên mình không ăn sinh mạng chúng sanh. Con vật nào cũng tham sống sợ chết. Con người dùng trí năng, điều kiện của mình để hãm hại, cướp đi mạng sống của loài vật chỉ để thỏa mãn miếng ăn của mình, rồi lại cho rằng đó là "vật dưỡng nhân", chỉ là ngụy biện sai quấy. Rồi từ quan điểm sai quấy đó, mình ăn thịt chúng sanh. Khi mình ăn thịt chúng sanh thì đó là gieo nhân, đời sau chắc chắn thế nào cũng bị chúng sanh khác ăn thịt lại mình. Nhân quả là như vậy.

Hoặc là hủy hoại chùa tháp, trộm của Tăng-kỳ. Của Tăng kỳ cũng chính là của thường trụ. Làm nhơ phạm hạnh, bao nhiêu nghiệp các tội ác nghiệp chướng nặng như thế đều được tiêu hết. Tức là nhờ trì tụng Chú Đại Bi, tất cả những tội chướng không thể sám hối liền được tiêu tan hết, trừ phi kẻ tụng đối với thần chú còn sinh lòng nghi. Nếu có sinh tâm ấy thì tội nhỏ nghiệp nhẹ cũng không được tiêu, huống chi là tội nặng. Chúng ta hình dung cũng giống như chiếc thuyền thủng một lỗ nhỏ thôi cũng không qua bờ bên kia được. Một chút tâm nghi ngờ có thể làm tiêu tan hết oai lực lợi ích lớn lao của thần chú.

Nhưng tuy không liền diệt được tội nặng, cũng có thể làm nhân Bồ-đề về kiếp xa sau. Tức là tuy chưa thể diệt trừ hết ngay được, nhưng đã làm nhân cho sự giải thoát. Có thể chưa trừ được nghiệp chướng mình đã tạo ra trong đời này, nhưng có thể làm tiền đề cho một kiếp sống mới, cho một nhân giải thoát trong một lộ trình mới.

Kinh văn

Bạch đức Thế Tôn! Nếu các hàng trời người tụng trì thần Chú Đại Bi thì không bị 15 việc chết xấu, sẽ được 15 chỗ sinh tốt. Thế nào là 15 việc chết xấu?

1. Không bị chết do đói khát khốn khổ.
2. Không bị chết do gông tù đánh đập.
3. Không bị chết vì oan gia thù địch.

4. Không bị chết giữa quân trận chém giết nhau.
5. Không bị chết do cọp sói cùng ác thú tàn hại.
6. Không bị chết bởi rắn rít độc cắn.
7. Không bị chết vì nước trôi lửa cháy.
8. Không bị chết bởi phạm nhằm thuốc độc.
9. Không bị chết do loài sâu trùng độc làm hại.
10. Không bị chết vì điên cuồng mê loạn.
11. Không bị chết do té cây, té xuống núi.
12. Không bị chết bởi người ác trù ếm.
13. Không bị chết bởi tà thần, ác quỷ làm hại.
14. Không bị chết vì bịnh ác lâm thân.
15. Không bị chết vì phi mạng tự hại.

Tụng trì thần chú Đại Bi, không bị 15 việc chết xấu như thế.

Chết xấu là chết bất đắc kỳ tử, chết trắc trở, bất thường, không thuận lẽ tự nhiên (già chết là chuyện bình thường); hoặc có những cái chết không đáng chết, chẳng hạn như bác sĩ cho uống nhầm thuốc. Ngược lại, trì chú Đại Bi lại có được 15 phước (15 chỗ sinh tốt), tức là sinh ở nơi gặp những duyên tốt.

Không bị chết do đói khát khốn khổ. Người trì Chú Đại Bi chắc chắn không bị chết do thiếu ăn, đói khát khốn khổ.

Không bị chết do gông cùm đánh đập. Không bị chết do oan gia thù địch, tức là người ta thù ghét và muốn hại mình. Trì chú Đại Bi sẽ có thể hóa giải được oan gia trái chủ. Vậy, nếu các vị có oan gia trái chủ, nên trì Chú Đại Bi và hồi hướng công đức cho người oan gia trái chủ đó, thì tự nhiên cũng sẽ hóa giải được.

Không bị chết giữa quân trận chém giết nhau. Ai mà ra trận đi lính gắng trì chú Đại Bi thì cũng không bị chết. Chúng ta tin tưởng hoàn toàn vào diệu dụng của Chú Đại Bi. Một khi chúng ta có niềm tin chắc chắn thì sẽ có diệu dụng.

Thứ năm là không bị chết do cọp sói và các thú dữ ăn thịt. Không bị chết do rắn rít độc cắn. Không bị chết vì nước trôi lửa cháy. Trì chú Đại Bi thì tránh được hết những nguyên nhân chết tàn độc như vậy, cho dù nước trôi lửa cháy cũng không bị chết.

Không bị chết bởi phạm nhầm thuốc độc. Không bị chết do loài sâu trùng độc làm hại. Không bị chết vì điên cuồng mê loạn. Người trì chú Đại Bi được tâm trí sáng suốt, chắc chắn không bị bệnh tâm thần. Người nào tinh thần yếu ớt, trì chú Đại Bi sẽ được phục hồi.

Một ông cụ không biết chữ, cũng không có thì giờ đi chùa nhiều. Hằng ngày ông phải chăn bò, cũng chẳng đủ quần áo để mặc, chỉ mặc cái quần đùi, khổ quá! Vậy mà, nhờ được chỉ dạy, ông thuộc chú Đại Bi. Ông gắng nhớ và hành trì ba năm như vậy. Lúc đó, trong xóm có người bị ma nhập, chẳng biết làm sao đi mời thầy cũng không được. Ông đem mõ sang, để bên đầu giường, rồi ông tụng ba biến Đại Bi. Vậy mà cô này bớt bệnh. Mầu nhiệm vô cùng! Tất cả là do thần lực Chú Đại Bi chiêu cảm.

Không bị chết do té cây, té núi. Từ trên cao té xuống, thì chết chắc rồi. Người ta nói: Nhất mắc cổ gà, nhì sa cành khế. Ngã từ trên cây khế thì khó tránh khỏi cái chết. Vậy mà, một chú Phật tử, nay độ chừng 70 tuổi, leo lên hái mấy trái khế cho đứa cháu nội. Dưới gốc cây có cái bàn bằng đá. Tự nhiên gãy cành, ông rơi xuống. Ông rơi tự do xuống, lưng ông rơi giữa cái bàn. Bình thường, ngã quật xuống vậy thì gãy xương luôn. Vậy mà ông rơi xuống rồi vẫn bình thường như không có chuyện gì xảy ra. Bởi ông là một Phật tử chuyên trì chú Đại Bi. Điều này nghe có vẻ như phi khoa học, nhưng chúng ta đừng nghĩ trong đó không có sự diệu dụng. Làm sao mình hiểu hết được sự diệu dụng này?

Không bị chết bởi người khác trù ếm. Trù ếm tức là bỏ ngải, bỏ bùa. Người nào biết mình bị bỏ ngải thì nên phát tâm trì chú Đại Bi. Có câu chuyện thế này: Một ông thầy đến nhận trụ trì tại một ngôi chùa ở miền Nam. Ông xuất gia ở tuổi trung niên, trước đó cũng có vợ con nên mọi người không kính trọng. Ông không có trình độ về Phật pháp nhiều, chỉ biết hành trì chú Đại Bi. Khi đến nhận trụ trì ở chùa, ông hiền hòa, biết mình không có đức hạnh gì, khiêm tốn lo cho mọi người tận tình. Thế là xóm làng tới ủng hộ.

Những người ngoại đạo luyện bùa chú, họ cúng lấy tiền của người ta. Giờ dân làng tới chỗ ông thầy, vậy thì họ mất mối làm ăn kiếm tiền. Lúc đó có một thanh niên ngoại đạo ghen chét, nên đặt bùa trù yểm, khiến cho vị thầy này bụng chướng dần lên. Chữa hoài, tốn bao nhiêu tiền thuốc mà không biết bệnh gì, chắc đành chịu chết rồi. Biết mình sắp chết, thầy muốn đi theo Bồ tát Quán Thế Âm nên càng đau chừng nào thì càng gắng trì chú nhiều chừng đó. Trì chú tới một ngày kia, tự nhiên người trù ếm thầy thấy trên người họ có tác dụng ngược trở lại. Thế là người này vội chạy qua tận Campuchia nhờ ông thầy của mình: *"Thưa thầy, con vì lòng ghen tức nên đã trù ếm ông thầy kia. Con chẳng biết tại sao bây giờ con lại bị nạn rồi."* Ông thầy nói: *"Thôi chết rồi! Thầy không thể giải được, con đã gây nghiệp như thế con phải chịu. Bây giờ chỉ có một cách duy nhất là con phải tìm tới ông thầy đó và xin hỏi thầy đó trì chú gì, xin ông đừng trì nữa thì con sẽ bớt."* Lúc đó anh thanh niên này liền tới chùa hỏi: *"Ông thầy tu, thầy thường làm những việc gì?" "Dạ, tôi trì chú Đại Bi."* Lúc đó, anh thanh niên này mới quỳ xuống sám hối và nói: *"Con lỡ làm hại thầy, xin thầy đừng trì chú nữa. Nếu thầy trì chú nữa là con sẽ chết."* Ông thầy cũng không hiểu chuyện gì, nghe nói vậy thì sợ quá nên ngày đêm càng trì chú nhiều hơn. Ông nghĩ: *"Chú Đại Bi này mới cứu được mình."*

Chưa đầy một tháng sau, người trù ếm kia bị chết. Tác dụng nó đi ngược lại như vậy. Sau khi anh ta chết, ông thầy tự nhiên ói ra một thau nước đen thui, rồi tự nhiên bụng xẹp và hết bệnh. Đó là chuyện có thật. Cho nên chúng ta tin tưởng hoàn toàn vào diệu dụng của chú. Nếu ai bị bùa ngải, thư ếm, chúng ta đừng lo sợ, cứ nhất tâm trì chú Đại Bi thì mọi chuyện đều sẽ qua khỏi.

Không bị chết bởi tà thần ác quỷ làm hại. Thần cũng có thiện thần có ác thần, quỷ cũng có ác quỷ, thiện quỷ. Không bị chết bởi các bệnh ác chạm vào thân.

Không bị chết vì phi mạng tự hại. Đây là nói những trường hợp chết vì tự sát, tự vẫn.

Trì tụng thần Chú Đại Bi thì không bị 15 việc chết xấu và sẽ được 15 chỗ sinh tốt. Mười lăm chỗ sinh tốt như thế nào?

Kinh văn

1. Tùy theo chỗ sanh, thường gặp đấng quốc vương hiền lành.
2. Tùy theo chỗ sanh, thường ở cõi nước an lành.
3. Tùy theo chỗ sanh, thường gặp thời đại tốt,
4. Tùy theo chỗ sanh, thường gặp bạn lành.
5. Tùy theo chỗ sanh, thân căn thường được đầy đủ.
6. Tùy theo chỗ sanh, đạo tâm thuần thục.
7. Tùy theo chỗ sanh, không phạm cấm giới.
8. Tùy theo chỗ sanh, thường được quyến thuộc hòa thuận, có ân nghĩa.

9. Tùy theo chỗ sanh, vật dụng, thức ăn uống thường được đầy đủ.

10. Tùy theo chỗ sanh, thường được người cung kính giúp đỡ.

11. Tùy theo chỗ sanh, tiền của châu báu không bị kẻ khác cướp đoạt.

12. Tùy theo chỗ sanh, những việc mong cầu đều được toại nguyện.

13. Tùy theo chỗ sanh, long thiên, thiện thần thường theo ủng hộ.

14. Tùy theo chỗ sanh, thường được thấy Phật nghe pháp.

15. Tùy theo chỗ sanh, khi nghe chánh pháp ngộ giải nghĩa sâu.

Tùy theo chỗ sinh liền được gặp đấng quốc vương hiền lành. Quốc vương ở đây thì hiền lành đó chứ, là vua của một nước hiền lành, lấy điều hay lẽ phải mà trị quốc. Đó là do dụng công trì Chú đó thôi.

Tùy theo chỗ sinh liền ở cõi nước an lành. Nhờ trì Chú Đại Bi mà mình sinh trong đời sống an lành, trong cái quốc độ an lành.

Tùy theo chỗ sinh liền gặp thời đại tốt. Tùy theo chỗ sinh liền gặp bạn lành. Trì Chú Đại Bi nó chiêu cảm, sẽ không gặp phải bạn ác. Chúng ta thận trọng: bạn ác nguy hiểm lắm. Họ nói những điều có hại và mình bị ảnh hưởng. Chơi với bạn giống như trong đi sương đêm, tuy không ướt áo nhưng thấm lạnh hồi nào chẳng hay. Mình nhiễm thói hư tật xấu của bạn mình hồi nào không hay.

Tùy theo chỗ sinh thân căn được đầy đủ. Nhờ trì Chú Đại Bi, cho dù sinh chỗ nào, thân căn cũng được đầy đủ. Nói thiếu là sao? Tức là thiếu một con mắt, thiếu một cái tay. Bị tật nguyền, gọi là không đầy đủ. Nhờ trì Chú Đại Bi nên thân căn luôn luôn đầy đủ.

Tùy theo chỗ sinh đạo tâm thuần thục. Nhờ trì Chú Đại Bi mà đạo tâm chúng ta thuần thục với tam bảo, không thối thất trước nghịch cảnh.

Tùy theo chỗ sinh không phạm giới cấm. Tùy theo chỗ sinh thường được quyến thuộc hòa thuận, có ân nghĩa. Quyến thuộc không hòa thuận, chúng ta bất an. Thật đau khổ! Nhưng nếu trì Chú Đại Bi sẽ khiến cho quyến thuộc từ từ hóa giải được những oan sai, nghiệp chướng nhiều đời.

Tùy theo chỗ sinh vật dụng thức ăn thường được đầy đủ. Nhờ trì Chú, tâm không nghĩ đảo điên. Không nghĩ đảo điên thì sống trong chính định. Sống trong chính định như vậy nên phước đức sinh ra. Ngược lại, sống trong vọng tưởng điên đảo, tâm loạn động thì như mây mù che lấp tất cả tâm trí. Ở trong hôn ám mê mờ, phước đức bị che lấp hết. Như vậy, rõ ràng trì Chú Đại Bi giúp cho chúng ta đầy đủ phước đức. Đầy đủ phước đức là biểu hiện của một cuộc sống giàu sang phú quý. Tất cả những điều đó đều nhờ công đức trì Chú Đại Bi.

Tùy theo chỗ sinh thường được người cung kính giúp đỡ. Nghĩa là người trì chú Đại Bi thì đi đâu cũng đều được mọi người cung kính. Ở đây có nhiều người cũng trì Chú nhưng lại không được mọi người cung kính, vì sao? Bởi chúng ta chưa thực sự là trì Chú Đại Bi. Vì trì Chú Đại Bi thì không được phạm giới. Giữ năm giới đàng hoàng, không nói sai sự thật, không nói lời vô độ, điều cần nói thì nói, điều cần im thì im, mọi việc đều có lễ nghi phép tắc. Vậy thì ai còn dám coi thường mình?

Tùy theo chỗ sinh tiền của châu báu không bị kẻ khác cướp đoạt. Đây là những điều rất mầu nhiệm. Nhờ công đức thần lực của Chú Đại Bi giúp chúng ta không bị mất tài sản.

Tùy theo chỗ sinh những việc mong cầu đều được toại nguyện. Tùy theo chỗ sinh long thiên, thiện thần thường theo ủng hộ. Khi chúng ta trì Chú Đại Bi, chân thân của các vị hộ pháp thiện thần, chân thân của tám mươi bốn vị Bồ tát, A-la-hán hiện thân. Vì họ phát nguyện như vậy, và ai trì như vậy thì họ phát nguyện như vậy. Điều này hay lắm! Một khi họ hiện thân thì tất cả ma quân yêu quái đều lẩn tránh.

Tùy theo chỗ sinh thường được thấy Phật nghe pháp. Và tùy theo chỗ sinh khi nghe chính pháp ngộ giải lý sâu mầu. Tức là nhờ định lực, chúng ta có trí, nên nghe chính pháp chúng ta hiểu sâu (có người nghe mà không có hiểu).

Kinh văn

> **Nếu kẻ nào trì tụng chú Đại Bi, sẽ được 15 chỗ sanh tốt như thế! Cho nên tất cả hàng trời, người, đều nên thường tụng trì, chớ sanh lòng biếng trễ.**
>
> **Khi đức Quán Thế Âm Bồ Tát nói lời ấy rồi, liền ở trước chúng hội, chắp tay đứng thẳng, nở mặt mỉm cười, nói chương cú mầu nhiệm Quảng Đại Viên Mãn Vô Ngại Đại Bi Tâm Đà-la-ni rằng:**

Nếu kẻ nào trì Chú Đại Bi sẽ được 15 chỗ sinh như thế, cho nên tất cả trời người thường trì tụng chớ sinh lòng biếng trễ. Đây chính là lời khuyên của đức Phật Thích Ca Mâu Ni đối với chúng ta.

Khi đức Quán Thế Âm Bồ tát nói lời ấy rồi liền ở trước chúng hội chắp tay đứng thẳng nở mặt mỉm cười nói chương cú mầu nhiệm *Quảng Đại Viên Mãn Vô Ngại Đại Bi Tâm Đà-la-ni.* Nghiêm túc ở trước đại chúng, chắp tay đứng thẳng, nở mặt mỉm cười. Chúng ta hình dung trong pháp hội có đức Phật Thích Ca Mâu Ni chứng minh, có chư Đại Bồ tát, chư thiên long bát bộ, hộ pháp thiện thần đầy đủ hết, ở trong pháp hội đó có vô lượng vô số, hằng hà sa chúng sanh. Sự tương tác chiêu cảm đến mười phương thế giới. Trong bối cảnh mầu nhiệm đó, Bồ tát Quán Thế Âm đứng chắp tay nở mặt mỉm cười.

Bây giờ, toàn Pháp hội chúng ta cùng ngồi im chắp tay và trì một biến Chú Đại Bi:

Thiên thủ thiên nhãn vô ngại đại bi tâm Đà-la-ni.

Kinh văn

Nam mô hắc ra đát na đa ra dạ da.

Nam mô a rị da bà lô yết đế, thước bát ra da, bồ đề tát đỏa bà da, ma-ha-tát đỏa bà da, ma ha ca lô ni ca da. Án tát bàn ra phạt duệ, số đát na đát tỏa.

Nam mô tất kiết lật đỏa, y mông a rị da, bà lô kiết đế, thất Phật ra lăng đà bà.

Nam mô na ra cẩn trì hê rị, ma ha bàn đa sa mế, tát bà a tha đậu du bằng, a thệ dựng, tát bà tát đa, na ma bà già, ma phạt đạt đậu, đát điệt tha. Án, a bà lô hê, lô ca đế, ca ra đế, di hê rị, ma ha bồ đề tát đỏa, tát bà tát bà, ma ra ma ra, ma hê ma hê, rị đà dựng, cu lô cu lô, kiết mông độ lô độ lô, phạt xà da đế, ma ha phạt xà da đế, đà ra đà ra, địa rị ni, thất Phật ra da, dá ra dá ra. Mạ mạ phạt ma ra, mục đế lệ, y hê di hê, thất na thất na, a ra sâm Phật ra xá lợi, phạt sa phạt sâm, Phật ra xá da, hô lô hô lô, ma ra hô lô hô lô hê rị, ta ra ta ra, tất rị tất rị, tô rô tô rô, bồ đề dạ, bồ đề dạ, bồ đà dạ, bồ đà dạ, di đế rị dạ na ra cẩn trì địa rị sắc ni na, ba dạ ma na, ta bà ha. Tất đà dạ, ta bà ha. Ma ha tất đà dạ, ta bà ha. Tất đà du nghệ, thất bàn ra dạ, ta bà ha. Na ra cẩn trì, ta bà ha. Ma ra na ra, ta bà ha. Tất ra

tăng a mục khê da, ta bà ha. Ta bà ma ha, a tất đà dạ, ta bà ha. Giả kiết ra a tất đà dạ, ta bà ha. Ba đà ma yết tất đà dạ, ta bà ha. Na ra cẩn trì bàn đà ra dạ, ta bà ha. Ma bà lị thắng yết ra dạ, ta bà ha.

Nam mô hắc ra đát na, đa ra dạ da.

Nam mô a rị da, bà lô yết đế, thước bàng ra dạ, ta bà ha.

Án, tất điện đô, mạn đa ra, bạt đà dạ ta bà ha.

Các vị đã nghe Bồ tát Quán Thế Âm tuyên Chú Đại Bi xong rồi phải không, các vị có hiểu gì không? Thật ra, theo tinh thần Mật Tông thì việc dịch nghĩa chẳng qua là phương tiện để hướng dẫn cho Phật tử hiểu một chút ít thôi. Nhưng điều này nếu không đúng căn cơ thì lại phản tác dụng. Vậy nên, nói chung thì mật chú không nên dịch nghĩa. Vì nhiều lý do như sau:

1. Mật Chú được gọi là tâm niệm bí mật. Bởi vì, tâm niệm chư Phật với chư Phật, không ai hiểu hết được, không thể dịch;

2. Bởi nghĩa lý bí mật. Chẳng hạn như bây giờ ở trong câu chú có chữ A, thì chữ A có nghĩa là *"bất sinh bất diệt, bất cấu bất tịnh, bất tăng bất giảm"*, nó là căn bản tự tính của tất cả chúng sanh. Vậy mình phải dịch thế nào đây? Làm sao có thể dịch được;

3. Rồi danh tự bí mật, thì cũng không nên dịch. Ví dụ như chữ Hồng. Chữ Hồng gộp từ bốn chữ: chữ Hạ, chữ A, chữ Ô, chữ Ma. Vậy thì làm sao mà dịch nghĩa của chữ Hồng được;

4. Âm thanh bí mật. Ví dụ như phát âm từ UM, âm thanh rung từ trong cổ họng, chuyển lên mũi và cuối cùng đưa lên trên đầu. Khi phát ra âm UM sẽ cảm nhận được đầu mình chịu ảnh hưởng bởi âm thanh đó.

Chữ UM phát ra khác với chữ ÁN: chữ ÁN khi đưa ra khỏi miệng thì mất luôn, nhưng chữ UM thì cảm được độ rung khi phát ra. Hay như "Ta bà ha" với nghĩa như là một sắc lệnh, một quyết định như vậy. Chữ "Tô rô tô rô" như là một từ tượng thanh, hình dung tiếng nước chảy, tiếng lá rơi ở cõi Phật. Đâu có thể hình dung như tiếng nước chảy ở cõi này được? Cho nên, khó có thể dịch được nghĩa của "Tô rô tô rô".

5. Thanh âm bí mật cũng không dịch được.

6. Sinh thiện bí mật. Chỉ cần phát lòng tin tinh tấn cứ trì Chú Đại Bi tự nhiên trong lòng trở nên thánh thiện. Đó là điều không thể dịch ra được. Cái gì có một chút thần bí, một chút quyền năng, thì người ta tín cẩn chí thành, còn khi cái gì đã rõ ra rồi, thì người ta lại coi thường. Cho nên, gọi là sinh thiện, nó mầu nhiệm không thể dịch được.

Muốn trì Chú Đại Bi, trước tiên, chúng ta cố gắng thỉnh cho được một tôn tượng, ít nhất là tượng Bồ tát Quán Thế Âm. Nếu có thể được thì tượng Thiên Thủ Thiên Nhãn, hai tay, tám tay, mười sáu tay, ba mươi hai tay, hoặc là 108 tay, hay là tượng ngàn tay ngàn mắt. Chúng ta xem đó chính là tượng bổn tôn, tức là vị Phật gốc của câu chú này. Chúng ta tôn thờ tượng đó. Chúng ta lập đàn tràng hướng về hướng Tây, tức là tượng đặt ở hướng Tây nhìn về hướng Đông, mặt mình hướng về hướng Tây. Đó là đàn tràng của Chú Đại Bi. Rồi chúng ta ngày đêm cúng dường, thời gian một ngày, ba ngày, năm ngày, bảy ngày, hai mốt ngày, bốn mươi chín ngày, một trăm lẻ tám ngày. Những con số như vậy, chúng ta hành trì thì tự nhiên sẽ có diệu dụng.

Kinh văn

Bồ tát thuyết chú xong, cõi đất sáu phen biến động, trời mưa hoa báu rơi xuống rải rác, mười phương chư Phật thảy đều vui mừng, thiên ma ngoại đạo sợ dựng lông tóc. Tất cả chúng hội đều được quả chứng. Hoặc có vị chứng quả Tu-đà-hoàn, có vị chứng quả Tư-đà-hoàn, hoặc có vị chứng quả A-na-hàm, có vị chứng quả A-la-hán, hoặc có vị chứng được sơ địa, nhị địa, tam địa, tứ địa, ngũ địa cho đến thập địa, vô lượng chúng sanh phát lòng Bồ-đề.

Bồ tát nói Chú này xong cõi đất sáu phen biến động, trời mưa hoa báu rơi xuống rải rác, mười phương chư Phật thảy đều vui mừng, thiên ma ngoại đạo đều sợ dựng lông tóc. Chúng ta thấy mầu nhiệm vô cùng. Hồi nhỏ, thấy mấy người cầu cơ, Thầy đứng chờ hoài, lâu quá không biết làm gì, liền trì Chú Đại Bi. Họ cầu hai giờ đồng hồ tháo mồ hôi quay lại hỏi *"Ông làm gì đấy?"* Thầy nói *"Tôi trì chú Đại Bi"*. Ông ta la Thầy *"Người ta đang cầu cơ mà trì chú Đại Bi làm sao lên được? Thảo nào từ sáng đến giờ cầu hoài không lên."* Mình lúc nhỏ đâu có biết, nhưng rõ ràng là thiên ma ngoại đạo sợ dựng lông tóc thì cơ nào mà dám nhập vào.

Tất cả chúng hội đều được quả chứng, có vị chứng quả Tu-đà-hoàn, có vị chứng quả Tư-đà-hàm, có vị chứng quả A-na-hàm, và có vị chứng quả A-la-hán. Hoặc là có vị chứng được sơ địa, nhị địa, tam địa, tứ địa, ngũ địa cho đến thập địa. Vô lượng chúng sanh phát tâm Bồ-đề. Phát tâm Bồ-đề, theo Đại sư Thật Hiền trong *Văn khuyên phát tâm Bồ-đề* thì đó là hướng tới tám chữ: *tà chánh, chân ngụy, đại tiểu, thiên viên.*[1] Lấy chánh bỏ tà, lấy chân bỏ ngụy,

---

[1] Nguyên bản Hán văn: 邪正真偽大小偏圓.(Khuyến phát Bồ-đề tâm văn - Đại sư Thật Hiền, bản Việt dịch của Nguyễn Minh Tiến, NXB Tôn giáo, Hà Nội - 2014)

lấy đại bỏ tiểu, lấy viên bỏ thiên. *Thiên* là thiên lệch, phân biệt. Đại sư dạy rằng, tâm thiên lệch là *"thấy có chúng sanh phải nguyện cứu độ, thấy có Phật đạo phải nguyện tựu thành, công khó tu tập không quên, tri kiến tích tụ chẳng bỏ."* Ngược lại, *viên* là viên mãn, *"biết tự tánh này là chúng sanh nên nguyện độ thoát; tự tánh này là Phật đạo nên nguyện tựu thành. Không thấy có bất kỳ pháp nào lìa khỏi tâm này mà tự hiện hữu. Dùng tâm rỗng rang như hư không để phát nguyện lớn như hư không, tu tập công hạnh như hư không, chứng đắc quả vị như hư không, nhưng rốt cùng cũng không có tướng trạng hư không có thể nắm bắt."* Tâm như vậy gọi là tâm Bồ-đề viên mãn.

Hôm nay chúng ta đã phát tâm Bồ-đề thì nên phát tâm tu tập làm sao để chứng thành Thánh quả. Đó chính là mục đích. Vậy mà rất nhiều người chỉ vì những gia duyên ràng buộc nhỏ nhặt, chuyện ăn mặc, chuyện con cháu tới lui, chuyện đoàn tụ gia đình... rồi nay mai đoàn tụ với ông bà luôn. Không nghĩ rằng trước sau gì chẳng đoàn tụ. Thân mình không tự lo trước, không muốn đoàn tụ với Phật, lại muốn đoàn tụ với ông bà? Nên phải giữ cho được cái tâm niệm: Sáu Ba-la-mật ở trong một niệm, tinh tấn không thối lui trên con đường đạo.

Bố thí là hy sinh tất cả lợi dưỡng có được. Mình tu hành nên chấp nhận từ bỏ lợi dưỡng. Cố gắng trì giới, nhẫn nhục, ai nói qua nói lại mặc kệ. Mình đi tu, học pháp, tập thiền định và gắng sống với chân lý giác ngộ. Đó gọi là tâm Bồ-đề của Bồ tát.

PHẦN II: THẦN THÁI CHÚ ĐẠI BI

1. Tướng mạo của thần chú

Ở phần trước, chúng ta đã hình dung được pháp hội mầu nhiệm quảng đại tại cung điện của Bồ tát Quán Thế Âm. Trong pháp hội có thính chúng đông đảo vô lượng. Từ hàng Đại Bồ tát cho đến các vị thần sông, thần núi. Chúng ta cũng đã được giới thiệu về xuất xứ và hạnh nguyện của Bồ tát Quán Thế Âm. Chú Đại Bi ra đời hết sức mầu nhiệm và có tầm ảnh hưởng rất lớn đối với chúng sanh. Bây giờ chúng ta tìm hiểu về thần thái, hay gọi là tướng mạo của chú Đại bi.

Kinh văn

Khi ấy Đại Phạm Thiên Vương từ chỗ ngồi đứng dậy, sửa y phục nghiêm chỉnh, chắp tay cung kính bạch với đức Quán Thế Âm Bồ tát rằng: Lành thay Đại sĩ! Từ trước đến nay, tôi đã trải qua vô lượng Phật hội, nghe nhiều pháp yếu, nhiều môn đà-la-ni, song chưa từng nghe nói chương cú thần diệu Vô Ngại Đại Bi Tâm Đà-la-ni này. Cúi xin đại sĩ vì tôi nói hình trạng tướng mạo của đà-la-ni ấy. Tôi và đại chúng đều ưa thích muốn nghe.

Đại Phạm Thiên Vương chính là vị vua trên cõi trời Đại Phạm. Tại sao gọi là Đại Phạm? Bởi vì Ngài sống hết sức thanh tịnh, phạm hạnh. Chúng ta biết rằng, con người càng thanh tịnh thì giá trị người đó càng cao. Một người sống với ô nhiễm bởi tham, sân, si, mạn, nghi, ác kiến, thì nhân cách của họ ngày một hoen ố đi. Người sống trong định lực oai nghi giới luật là người sống có nhân phẩm tốt. Giá trị của họ ngày càng tăng lên.

Cứ như vậy, mức độ thiền định càng cao thì được sinh ở tầng trời cao hơn. Chẳng hạn như tầng trời Tứ Thiên Vương, con người có tuổi thọ 500 tuổi và thân hình cao 500 dặm; ở tầng trời Đao Lợi thì tuổi thọ tới 1.000 tuổi và cao 1.000 dặm. Cứ như vậy, cao lên một tầng trời thường tăng thêm 500 tuổi và thân thể cũng cao lớn hơn. Vì phước lực sinh ra từ trong định lực thanh tịnh. Mặc dầu các vị Phạm Vương, Đế Thích chưa dứt hết ái dục nhưng họ sống rất nhẹ nhàng. Họ không bị khổ lụy trong ái dục như cõi của chúng ta (hoặc những cõi thấp hơn nữa). Ái dục của cõi súc sinh thật khủng khiếp.[1] Như vậy chúng ta thấy, năng lực thiền định cao chừng nào thì mức độ thanh tịnh cao chừng đó. Người nào sống hướng tới sự thanh tịnh, hướng tới sự tiết chế thì nhân phẩm của họ càng cao. Một người chìm đắm trong ái dục thì trước sau gì cũng sẽ tạo ra nhiều khổ lụy điên đảo cho người khác.

Vị vua trong cõi trời Đại Phạm này có phước đức rất lớn, trang nghiêm thanh tịnh. Ông cung kính chắp tay bạch với Bồ tát Quán Thế Âm: *"Lành thay Đại Sĩ."* Câu này ý nói khi Bồ tát thuyết xong Chú Đại Bi và khiến cho ma quân đều sợ rợn tóc gáy, các cõi đều rung động. Lúc đó trong đại chúng, ngài Đại Phạm đứng lên và bạch với Bồ tát Quán Thế Âm: *"Từ trước đến nay tôi đã trải qua vô lượng Phật*

---

[1] Con lợn tuy thân hình không cao lớn, nhưng đến mùa sinh sản, nó có thể nhảy qua cái tường rào rất cao để thoả mãn tính dục. Thật khó hiểu! Đó là do sức mạnh của ái dục dẫn dắt.

hội. Tôi đã trải qua vô lượng Phật hội, nghe nhiều pháp yếu. Mỗi khi Phật thuyết pháp, tôi đều đến dự." Điều này cho thấy, tại cõi trời chư thiên cũng tu nhiều lắm. Phước nhiều như vậy mà vẫn còn tu. Trời Đại Phạm còn đi dự vô lượng Phật hội, vậy chúng ta thì sao? Chư vị có phước nhiều chừng đó mà vẫn ráng tu tập, mình thì phước đức chẳng được là bao nhưng lại không nỗ lực tu tập. Đây là điều mà chúng ta cần phải suy nghĩ.

Pháp yếu là yếu chỉ trong Phật pháp. Yếu chỉ trong Phật pháp ở đây là gì? Tại sao chúng ta quy y Tăng? Chúng ta cần nương tựa vào một vị thầy để hướng dẫn cho chúng ta những yếu chỉ trong Phật pháp. Yếu chỉ căn bản nhất là làm sao trở về và nhìn thấy được lòng mình. Ví dụ thầy đưa ra yêu cầu là tu sáu Ba-la-mật trong một niệm. Đó là một loại yếu chỉ. Chúng ta ngồi tư duy, xem trong một dòng suy nghĩ (một niệm) của mình làm sao có được đầy đủ: *nhẫn nhục, trì giới, tinh tấn, thiền định, trí tuệ, bố thí.* Nhìn thấy những điểm quan trọng, những điều cốt tủy như vậy và chúng ta gắng học theo. Học tụng chú Đại Bi, học giáo lý này tức là chúng ta cũng nắm một phần yếu chỉ của chú Đại Bi. Việc còn lại là hành trì. Trong quá trình hành trì nếu có chướng ngại, chưa thấu triệt thì chúng ta tìm hiểu, nên tìm thầy cầu học. Có như vậy mới hoàn thiện được chỗ thấy nghe, hiểu biết của mình. Còn không, chúng ta sẽ không bao giờ thành tựu.

Đại Phạm Thiên Vương đã nghe nhiều pháp yếu rồi *"và cũng nghe được nhiều môn Đà-la-ni, song chưa từng nghe nói chương cú thần diệu vô ngại Đại Bi Tâm Đà-la-ni".* Như vậy có thể thấy, Chú Đại Bi là vua của các vua, là ngọc quý hơn ngọc. Nghĩa là nó mầu nhiệm, quý giá vô cùng. Trời Đại Phạm dự cả ngàn Phật hội, nghe rất nhiều pháp yếu, cũng đã biết rất nhiều môn Đà-la-ni rồi, nhưng chưa từng nghe câu Chú nào như thế này. Trong đạo Phật có rất nhiều Chú, nhưng Chú Đại Bi phù hợp với căn cơ của mọi người nên được mọi người biết đến nhiều nhất. Chẳng hạn như chú Lăng Nghiêm rất tuyệt vời nhưng ít người thuộc và hành trì.

"Cúi xin Đại Sĩ vì tôi nói hình trạng, tướng mạo của môn Đà-la-ni này, tôi và đại chúng đều ưa thích muốn nghe." Đó là đề tài hôm nay chúng ta tìm hiểu. Nếu chúng ta cũng ưa thích muốn nghe như đại chúng lúc ấy thì đó là điều đáng mừng!

Kinh văn

Quán Thế Âm Bồ tát bảo Phạm Vương: "Ông vì phương tiện lợi ích cho tất cả chúng sanh nên hỏi như thế. Nay ông khéo nghe tôi sẽ vì ông mà lược nói qua."

Vì phương tiện lợi ích cho tất cả chúng sanh. Đây là một lời khen ngợi Phạm Vương. Cần phân biệt thế này: một Phật tử đã hiểu biết, tự mình có thể nhận ra nhưng vẫn thưa hỏi vì lợi ích cho người khác, như thế không phải là *ngã mạn vấn*. Hỏi để bắt bí gọi là *ngã mạn vấn*. Hỏi cho biết chơi, hỏi cốt để hạ thấp, để thử tài người trả lời thì gọi là *ngã mạn vấn*. *Ngã mạn vấn* sẽ bị tổn phước. Ngài Phạm vương thì khác: Ngài vì phương tiện lợi ích cho tất cả chúng sanh và hết sức chân thành thưa hỏi.

Không nên học đòi, thấy ngày xưa người ta hỏi vậy, nay mình cũng hỏi vậy, biết rồi vẫn thưa hỏi và hỏi những câu không cần thiết. Đừng bắt chước một cách máy móc như vậy. Vì phương tiện, tức là Phạm Vương có thể cũng đã biết, nhưng vì phương tiện và nhân câu hỏi này để cho chúng sanh hiện ở trong pháp hội tại cung điện của Bồ tát Quán Thế Âm và những chúng sanh đời hậu lai như chúng ta, cũng như các chúng sanh đời sau này nữa, biết được lợi ích. Nếu Phạm Vương không hỏi câu này, chưa chắc gì chúng ta đã biết, phải không? Vậy nên, nhờ Phạm Vương hỏi mà giáo lý này mới được xuất hiện.

Kinh văn

> **"Này Phạm Vương, những tâm đại từ bi, tâm bình đẳng, tâm vô vi, tâm chẳng nhiễm trước, tâm chính niệm, tâm không quán, tâm cung kính, tâm khiêm nhường, tâm không tạp loạn, tâm không chấp giữ, tâm Vô thượng Bồ-đề, nên biết các thứ tâm này đều là tướng mạo của môn Đà-la-ni này. Vậy ông nên y theo đó mà tu hành."**

Chúng ta phân tích từng câu mới thấy được ý nghĩa của nó. "Những tâm đại từ bi": tâm đại từ bi là tâm có tình thương bình đẳng. Con người ta ai cũng có tốt có xấu, có ưu có khuyết. Nếu thật sự đặt mình vào hoàn cảnh của họ thì chúng ta mới dễ dàng cảm thông hơn.

Mỗi chúng sanh đều có Phật tính, và cần tôn trọng Phật tính trong tâm họ. Cũng có thể chúng sanh kia đã là thân bằng quyến thuộc, là ông bà cha mẹ của chúng ta từ nhiều đời nhiều kiếp. Kinh Lăng Nghiêm có câu: *"Chúng sanh thay phiên sinh ra nhau."* Chẳng hạn như hai vợ chồng sinh ra đứa con, đứa con lại sinh ra đứa cháu. Cứ như vậy, thay phiên sinh ra nhau. Rồi mình tạo ác để nuôi con, và rồi mình rơi vào cõi súc sinh. Thành ra, súc sinh lại sinh ra mình. Làm súc sinh rồi lại làm súc sinh nữa và lại tiếp tục sinh ra súc sinh khác nữa. Cứ vậy, trong kiếp luân hồi này, biết đâu cũng có chúng sanh từng là thân bằng quyến thuộc, là ông bà cha mẹ của ta thì sao? Vậy nên, độ tận chúng sanh mới chính là tinh thần đại hiếu trong Phật giáo.

Từ góc độ đó mới thấy: tất cả đều đáng thương. Người làm đúng đáng hoan nghênh, người làm sai bị người khác nổi giận cũng đáng thương. Tại vì, khi bị nổi giận họ cũng khổ. Thầy kể một câu chuyện thực tế để minh họa: Thầy A là người lớn tuổi, giận mắng thầy B ít tuổi hơn. Vị thầy B biết mình không sai, nhưng vẫn nhịn không nói tiếng nào. Một vị thầy lớn tuổi khuyên thầy B nên đi sám hối với vị thầy A. Vì sao? Vì *"mặc dầu thầy A không đúng, nhưng lớn tuổi hơn, nếu ông hạ mình cung kính một chút, khiến cho vị ấy không còn giận ông nữa. Thầy ấy được mát mẻ, thanh tịnh thì chính là ông đã bố thí sự bình an"*. Những cách nhận thức như vậy rất tuyệt vời trong Phật pháp, được gọi là yếu giải.

Chúng ta nên cố gắng làm theo như vậy. Khi tức giận, người khác cũng khổ đau mệt mỏi. Hễ nói tới thì họ tức lên, máu huyết đảo lộn, bao nhiêu thứ phiền não sôi lên làm che lấp trí tuệ và phước đức. Nếu hạ mình một chút để họ được thanh tịnh, mát mẻ thì có sao đâu. Làm được như vậy là mình đã bố thí cho họ sự an ổn. Nhưng mình làm không nổi. Tôi như vậy và anh như vậy. Đó là có ngã, có nhân. Chính cái ngã nhân phân biệt làm cản trở tất cả. Mọi người bị chìm đắm trong đau khổ, đều do ngã nhân này mà ra. Nhận ra được điều này và mình ráng tu tập. Tu tập thì sẽ thấy Phật tính bình đẳng. Đó là tâm đại bi.

Đại bi nhưng không mù quáng, mà là nhận thức rất rõ ai đúng ai sai. Hoàn toàn không phải là thấy người làm đúng lại nói là sai; và thấy người làm sai, thương quá lại nói là đúng. Đó không phải đại bi. Đại bi là không ghét, và không nhầm lẫn giữa đúng và sai. Tất cả đều có trí tuệ trong đó. Nhận ra được yếu lý này chúng ta mới thực tập kinh điển được.

Thương quá nên chết rồi đi không được, lẩn quẩn đầu thai lại gặp nhau, thương nhau nữa. Rồi ghét quá thì sao? Ghét thì kết oán, thương thì kết ân. Kết ân hay kết oán, đường nào rồi cũng sẽ gặp lại. Và thế thì cứ đầu thai gần đó. Làm sao mà giải thoát được? Không sống trong thương và ghét, mà sống trong nhận thức và biết rõ: biết người kia ghét mình, biết người nọ thương mình. Và hiểu sâu hơn thêm nữa: Tại sao người ta ghét mình, tại sao người ta thương mình? Biết rõ hết mọi thứ nhưng vẫn mở lòng thương người không phân biệt, đó chính là đại bi.

"Tâm bình đẳng": tất cả chúng sanh đều có Phật tính, tâm bình đẳng. Ngài A Nan đưa ra một quan điểm sống: Người lớn hơn, chúng ta xem đó là cha mẹ; lớn hơn ta một ít thì là anh chị; ngang bằng là bạn bè; nhỏ hơn là em út; nhỏ hơn nữa là con cháu. Tất cả đều là thân bằng quyến thuộc trong ba cõi.

"Tâm vô vi" là tâm không chấp thủ.

"Tâm chẳng nhiễm trước". Nhiễm là thấm vào, *trước* là dính mắc. Tâm không nhiễm trước này rất khó thực tập. Cái ngã chấp *nhiễm trước* ghê gớm lắm, không đơn giản. Ví dụ: Hằng ngày quen nằm giường nệm. Nay mệt quá tạm nghỉ một chút trên sàn cứng, gối đầu lên dép. Nhưng nằm xuống thì thấy khó chịu vì sàn cứng. Vì sao khó chịu? Trước khi có giường nệm để ngủ, thì vẫn có lúc mình nằm bờ ruộng ngủ được. Sàn cứng thì vẫn còn hơn bờ ruộng chứ? Rõ ràng, cái ngã vô tình đã nhiễm từ hồi nào không hay. Nó thầm lặng, nó nhiễm từ từ vào như vậy. Nếu có tỉnh giác một chút, thì thấy rằng: Ồ, sàn cứng đây vẫn hơn bờ ruộng khi xưa. Thế là tâm mình an lạc. Nếu như lúc đó lại ước ao có một tấm nệm, thế là bị phiền não. Đây là cách điều phục tâm. Phải tùy theo hoàn cảnh mà tìm cách điều phục.

"Tâm không quán": trong nguyên bản là *"không quán tâm - 空觀心"* nên dịch là "tâm quán không" thì dễ hiểu hơn. Quán tất cả các pháp là không, là huyễn, bản thể không có, thực tính của nó là huyễn, đó gọi là quán không.

"Tâm cung kính": Chúng ta nên gắng học nhiều về điều này. Ngã mạn ghê gớm lắm. Phật tử đi chùa một thời gian thì nghĩ mình có công đức nhiều. Đi vào chùa thì nghĩ ông thầy phải ra chào, còn không là giận. Lại thấy người kia mới về chùa, thấy ông thầy hướng dẫn họ một chút, lại nói "ồ, có mới nới cũ, có trăng quên đèn", đủ cách suy diễn hết. Tâm thiếu sự cung kính thì cứ chấp lỗi người này, người kia. Người ta thua mình một chút thì càng khinh thường hơn nữa; người ta hơn mình một chút thì sinh tâm ganh tỵ. Tâm cung kính thì rất ít. Muốn tâm này hiện hữu trong lòng mình thì phải gắng trì Chú Đại Bi. Đây là tướng mạo của Chú Đại Bi. Khi trì Chú Đại Bi nhiều, tâm cung kính tự nhiên sẽ sinh ra. Tâm cung kính sinh ra thì phước đức cũng theo đó mà hình thành.

"Tâm khiêm nhường": Người ta hơn mình, mình chịu thua; người ta thua rồi, mình cũng nhường nhịn họ. Phải kính trên nhường dưới. Thầy nghĩ: *Bồ tát là người có khả năng hàn gắn sự đổ nát của thế gian, không phải là người làm cho thế gian thêm đổ nát.* Thế gian đã nhiều đau thương, mình dạy dỗ, dẫn dắt làm sao mà ngày càng tiêu tan, chia phe kết nhóm. Đó không phải là hạnh Bồ tát. Người có sức mạnh là người biết nâng đỡ người khác trên đôi vai của mình, không phải là người giẫm trên đầu người khác mà đi. Người đời thể hiện sức mạnh bằng cách giẫm đạp, chèn ép người khác. Làm như vậy không xuất phát từ tâm khiêm nhường.

"Tâm không tạp loạn": Trì Chú Đại Bi để nhiếp tâm, không nghĩ đông nghĩ tây, không phiền phức này kia. Nếu

ngồi không thì sẽ tạp loạn, nghĩ nhiều thứ lắm. *Loạn* là không yên, là quấy nhiễu; *tạp* là nhiều thứ hỗn tạp và không cần thiết. Chuyện của thiên hạ cứ lôi vào trong nhà, trong đầu mình, buông ra không được. Đó là *"tâm chấp giữ"*. Khi trì Chú Đại Bi thì tâm này mất, không chấp giữ. Nhận thức được lý sinh diệt vô thường, không phải mình phung phí, không phải mình không biết giữ gìn những sản vật quý giá, nhưng còn hay mất, mình cần nhận ra duyên của nó.

"Tâm Vô thượng Bồ đề": Trì Chú Đại Bi nuôi được tâm Vô thượng Bồ đề. Tâm Vô thượng Bồ đề là tâm hướng đến sự giác ngộ cao tột, hướng đến cảnh giới Chính đẳng Chính giác. Ai chẳng muốn giữ gìn tâm Bồ-đề không thối thất? *Thối* hay *thoái* có nghĩa là lui sụt, thối lui; thất là mất đi, hủy hoại đi. Bình thường đi chùa chăm chỉ, kính trọng ông thầy nhiều lắm. Bỗng một hôm, ông thầy nói điều gì đó khiến mình không vui. Thế là về nhà sinh tâm phiền não. Chán, bỏ, không chùa chiền gì nữa hết. Tâm đó là tâm thối thất. Mình tu tập đâu phải tu cho ông thầy?

"Nên biết các thứ tâm này đều là tướng mạo của môn Đà-la-ni này." Vậy là, tụng Chú Đại Bi chúng ta tự có đầy đủ những tâm tuyệt vời như vậy. Ngược lại với những loại tâm này là gì? Ngược với tâm từ bi là tâm ác, tâm thiếu từ bi. Ngược với tâm bình đẳng là tâm bất bình đẳng. Ngược với tâm vô vi là tâm hữu vi. Ngược với tâm chẳng nhiễm trước là tâm nhiễm trước. Ngược với tâm quán không là tâm chấp hữu. Ngược với tâm cung kính là tâm ngã mạn. Ngược với tâm khiêm nhường là tâm trịch thượng cống cao. Ngược với tâm không tạp loạn là tâm loạn động điên đảo. Ngược với tâm không chấp giữ là tâm chấp thủ khổ đau. Ngược với tâm Vô thượng Bồ-đề là tâm không cầu Vô thượng Bồ đề, cứ ở mãi trong ma đạo. Nên biết tất cả những thứ đó là tâm đọa lạc sinh tử. Khi trì Chú Đại Bi chúng ta có được những tâm tuyệt vời.

Trong con người chúng ta có đủ hai mặt: ma cũng là mình và Phật cũng là mình. Hướng theo tâm tuyệt vời thì được an lạc giải thoát, nếu đi ngược lại với những tâm này thì bị đọa lạc.

Kinh văn

Phạm Vương thưa: "Tôi và đại chúng hôm nay mới hân hạnh được biết tướng mạo của môn Đà-la-ni này. Từ đây chúng tôi xin thọ trì chẳng dám lãng quên."

Có lẽ giờ đây vua trời Phạm Vương vẫn còn thọ trì. Chúng ta thì sao? Có thọ trì hay không? Cũng có, nhưng mà "mai thọ mốt quên". Hoặc có nhiều người mai đã quên rồi, pháp hội chưa dứt mà đã quên rồi! Bận công việc, mở mắt ra cứ lo công việc, có còn biết gì đâu. Đâu có thọ trì nữa.

Kinh văn

Bồ tát nói lại nói tiếp: "Nếu kẻ thiện nam, thiện nữ nào tụng trì thần chú này, phải phát tâm Bồ-đề rộng lớn, thề độ tất cả muôn loài, giữ gìn trai giới, đối với chúng sanh khởi lòng bình đẳng và thường nên trì tụng chớ cho gián đoạn. Lại nên ở nơi tịnh thất, tắm gội sạch sẽ, mặc y phục sạch, treo phan, đốt đèn, dùng hương hoa, dùng các thứ ăn uống để cúng dường, buộc tâm một chỗ, chớ nghĩ chi khác, y như pháp mà tụng trì. Lúc ấy, sẽ có Nhựt Quang Bồ Tát, Nguyệt Quang Bồ Tát cùng vô lượng thần tiên đến chứng minh, giúp thêm sự hiệu nghiệm. Bấy giờ ta cũng dùng ngàn mắt chiếu soi, ngàn tay nâng đỡ, khiến cho kẻ ấy từ đó về sau có thể hiểu suốt tất cả sách vở thế gian,

thông đạt các điển tịch Vi-đà và tất cả pháp thuật ngoại đạo."

Đây là lời khuyên của Bồ tát Quán Thế Âm. Khi trì chú cần tắm gội sạch sẽ, không nên ăn ngũ vị tân, những thứ này kích thích dục tính và sinh ra nhiều mùi hôi, không thanh tịnh. Người thường còn chịu không nổi những mùi hôi ấy, huống chi là thiện thần hộ pháp. Trong khi trì chú phải giữ cho tịnh thất của mình được sạch sẽ, mặc y phục sạch sẽ, treo cờ phướn, đốt đèn, dùng hương hoa các thức ăn uống để cúng dường. Tập định tâm, buộc tâm một chỗ. Trước khi trì Chú Đại Bi nên dành năm phút ngồi hít thở, buộc tâm một chỗ, sau đó mới trì Chú Đại Bi. Làm như vậy thì diệu dụng cao hơn nhiều. Nếu bước vào trì ngay, thì cũng trì được, nhưng tâm chưa buộc nên thỉnh thoảng loạn tâm cứ xen vào, thành ra diệu dụng của chú không đạt.

Đạo tràng sạch sẽ, treo phan, đốt đèn, cúng dường tượng Bồ tát và trì chú, lúc đó sẽ có Nhật Quang Bồ tát và Nguyệt Quang Bồ tát (hai vị ẩn thân) cùng vô lượng thần tiên đến chứng minh, giúp thêm cho sự hiệu nghiệm. Trong tâm các vị Bồ tát khởi niệm cầu pháp, chuyển pháp. Chúng ta phát tâm tu tập thì chúng ta là *hiển thân* và các vị Bồ tát là *ẩn thân*. Các Ngài sẽ theo gia hộ chúng ta. Mình thành tựu sở nguyện và các Ngài thành tựu công đức. Nếu mình khởi tâm làm ác thì các Ngài lánh xa, nhưng quỷ thần thì lại muốn đến gần. Mình thành tựu ác nghiệp và quỷ thần cũng hoan hô. Đó là những cảnh khổ đau và đọa lạc.

Chúng ta làm việc tốt luôn có long thần, hộ pháp theo gia hộ. Đừng nghĩ rằng sức mình là vô biên. Có những điều mình không muốn nhưng vẫn phải làm, lại còn có những điều tự nhiên thành tựu. Vì phước đức gia hộ là bất khả tư nghì.

"Bấy giờ ta cũng dùng ngàn mắt chiếu soi ngàn tay nâng đỡ." Bồ tát Quán Âm có lời hứa, lời tuyên thệ như vậy và khiến cho kẻ ấy từ đó về sau có thể hiểu suốt tất cả sách vở thế gian. Đây là một điều mầu nhiệm vô cùng. Người nào trì chú Đại Bi lâu tự nhiên sẽ hiểu được. Thầy có hướng dẫn mấy người Phật tử cũng thành tựu được điểm này. Tức là tự nhiên hiểu ra, tự nhiên thông suốt được. *"Thông đạt các điển tịch Vi-đà." Vi-đà* (韋陀) là phiên âm từ chữ Véda trong Phạn ngữ, đôi khi cũng đọc là *Vệ-đà*, dùng chỉ các điển tịch của đạo Bà-la-môn, gồm có:

1. Loại chỉ dẫn người ta thuật dưỡng sinh để sống trường thọ;
2. Loại chuyên dạy những phương thức, lễ nghi để cầu nguyện;
3. Loại dạy dịch lý, bói toán, thiên văn, địa lý;
4. Loại dạy phù phép, bùa chú.

Nếu trì Chú Đại Bi, Bồ tát Quán Thế Âm sẽ gia hộ chúng ta có thể tự hiểu hết tất cả những sách vở của ngoại đạo như vậy.

Kinh văn

Chúng sanh nào trì tụng thần Chú này thì có thể trị lành tám muôn bốn ngàn thứ bệnh ở thế gian, hàng phục các thiên ma, ngoại đạo, sai khiến được tất cả quỷ thần. Những kẻ tụng kinh tọa thiền ở nơi non sâu, đồng vắng, bị sơn tinh, tạp mị, các quỷ võng lượng làm não loạn phá hoại, khiến cho tâm không an định, chỉ cần tụng chú này một biến, các quỷ thần ấy thảy đều bị trói.

Câu này giải thích rất rõ. Ngày trước thầy từng nghĩ: Cố gắng đi học để thành bác sĩ, sau này chữa bệnh cho

Phật tử, cho chúng sanh. Đó cũng là một hình thức tu tập, làm phước. Nhưng sau này, khi lớn lên, thầy hiểu ra: Đã mang kiếp người thì không tránh được bệnh, không bệnh kiểu này thì bệnh kiểu nọ. Chỉ khi nào *bất sinh bất diệt* mới là hết bệnh. Ở trong thân sinh diệt phải chấp nhận có bệnh. Mình đi làm việc *bất sinh bất diệt*, lại đi lo chuyện sinh diệt làm chi. Nói vậy không có ý phủ nhận vai trò của bác sĩ. Nhưng phải khẳng định, khi trì niệm mật chú thì nghiệp mình lắng xuống. Có trường hợp nghiệp che, khám không ra bệnh gì cả. Nhưng ráng trì Chú Đại Bi và tu niệm một thời gian, tự nhiên đi khám lại, bác sĩ tìm ra bệnh. Nghiệp che thật khủng khiếp! Không hề đơn giản. Nghiệp che tới mức, có khi mình tưởng ma là Phật.

Chú này có thể *"hàng phục các thiên ma ngoại đạo, sai khiến được tất cả quỷ thần. Những kẻ tụng kinh, tọa thiền ở núi sâu đồng vắng bị sơn tinh, tạp my, các quỷ võng lượng làm não loạn phá hoại, khiến cho tâm không an định, chỉ cần tụng chú này một biến, các quỷ thần ấy thảy đều bị trói."* *"Sơn tinh"* chỉ những loài yêu tinh ở trong rừng, những loài này thường ngụ trong núi đá. Mỗi buổi tối mình trì tụng một biến chú, thế là ai tới phá mình tự nhiên sẽ bị trói hết. Điều này từ trong kinh điển nói ra. Sự thật là như vậy, mình đừng có sợ. Mình là người tu không sợ ma quỷ. Có những người tu mà lại sợ khi nghe tiếng mèo kêu mèo chạy, hay khi nghe tiếng vách nhà giật, nghe thấy tiếng răng rắc mỗi khi trời nắng khô. Thế là mời thầy đến sái tịnh. Thầy tới rảy vài giọt nước và ngày sau trời mưa xuống, không nghe tiếng kêu nữa. Thế là khen ông thầy linh ghê gớm, tìm thầy cúng dường, cung kính quá trời quá đất. Nghe Phật pháp thì cứ ngẩn mặt ra, trong khi không nghe thấy tiếng động từ vách tường nhà thì lại cung kính!

Những chuyện đó là vớ vẩn. Thầy không hoan hỷ. Người tu đâu cần để ý mấy chuyện đó. Sự hiện diện của Thầy ở đây cốt để khai mở Phật pháp trong đầu các vị. Các vị lĩnh hội được một chút Phật pháp, đó là giá trị. Mọi thứ khác không có giá trị gì, chỉ là phương tiện. Ví dụ như bây giờ không có hội trường này, phải ngồi ngoài kia lạnh quá học không nổi; chỗ ngồi cũng vậy, chật rộng không quan trọng, cốt sao là lĩnh hội được giá trị của Phật pháp. Nếu nhận ra được điều đó thì mới tìm được giá trị đích thực của ngôi chùa, của đạo tràng. Nếu không, ngôi chùa cũng chỉ là ngôi nhà để che thân, che mưa nắng thôi và không có giá trị gì nữa.

Kinh văn

> **Nếu hành giả có thể tụng trì đúng pháp, khởi lòng thương xót tất cả chúng sanh, lúc ấy ta sẽ sắc cho tất cả thiện thần, long vương, Kim Cang Mật Tích thường theo ủng hộ, không rời bên mình, như giữ gìn tròng con mắt hoặc thân mạng của chính họ.**

Nếu hành giả có thể tụng trì đúng pháp khởi lòng thương xót tất cả chúng sanh. Tụng trì đúng pháp thì trong tâm khởi lòng thương xót chúng sanh. Nổi nóng thì sẽ quên và không trì Chú Đại Bi được. *"Lúc ấy ta sẽ sắc cho tất cả thiện thần, long vương, Kim Cang Mật Tích thường theo ủng hộ không rời bên mình, như giữ gìn tròng con mắt hoặc thân mạng của chính họ."* Đây là lời của Bồ tát Quán Thế Âm. Người nào trì Chú Đại Bi thì Ngài sẽ ra sắc lệnh cho Long Vương, Kim Cang Mật Tích, các vị Thần giữ gìn bảo hộ như giữ gìn tròng mắt của các vị thần đó vậy.

Kinh văn

Tiếp đó Bồ tát đọc lời kệ sắc lệnh rằng:

Ta sai Mật Tích Kim Cang sĩ,
Ô Sô Quân Đồ Ương Câu Thi,
Bát Bộ Lực Sĩ Thưởng Ca La,
Thường theo ủng hộ bên hành giả.

Chúng ta biết vị Kim Cang Mật Tích rồi. Trong tiền kiếp xa xôi có một vị Chuyển Luân Thánh Vương. Ngài có hai vợ. Người vợ cả có với ông ta 1.000 người con. Họ sinh con không giống như con người chúng ta. Họ chỉ mang thai một thời gian ngắn liền sinh con. Trẻ vừa sinh ra cũng không phải lo nuôi nấng gì hết, chỉ đem bỏ ở ngã tư đường. Người qua kẻ lại chỉ cần lấy ngón tay đưa vào miệng, trẻ tự bú sữa. Chỉ qua ba bữa, trẻ tự nhiên lớn bằng người lớn, tướng mạo không già không trẻ. Phước lực của các cõi trời như vậy, không phải mệt mỏi nuôi nấng, dạy dỗ con cái như con người.

1.000 người con của Chuyển Luân Thánh Vương đều đi xuất gia hết. Trong đó, vị thứ 16 chính là đức Thích Ca Mâu Ni. Vào thời đó, Kim Cang Mật Tích là em cùng cha khác mẹ với đức Phật Thích Ca Mâu Ni.

Kim Cang Mật Tích rất thương quý đức Thích Ca Mâu Ni vì Ngài có hạnh nhẫn nhục và tinh tấn. Ngài rất nhẫn nhục trong ứng xử, người đời có lấn lướt Ngài cũng gắng chịu. Ngài rất siêng năng, cần mẫn. Người em luôn luôn đi theo anh; và ông ta phát nguyện: Nếu như có ai thưa hỏi đức Thích Ca Mâu Ni, chỉ cho phép hỏi ba lần thôi, nếu hỏi tới lần thứ tư thì ông ta sẽ đánh cho đầu người đó bị vỡ làm bảy mảnh.

Kinh Nikaya ghi: Có lần đức Phật hỏi ngoại đạo, hỏi tới lần thứ ba nhưng ngoại đạo không trả lời và đức Phật lặp lại đến lần thứ ba. Phật bảo: *"Ông hãy trả lời đi, nếu không thì Kim Cang Mật Tích sẽ đánh đầu ông vỡ làm bảy mảnh."* Lúc đó ngoại đạo nhìn lên trên đầu thấy thần Kim Cang Mật Tích đã hiện thân cầm búa sẵn, chỉ chờ đức Phật nói một câu nữa thôi.

Kim Cang Mật Tích là vị thần hộ trì tu tập cho tất cả những người tu về mật chú. Vị thần Kim Cang Mật Tích này gia hộ rất mạnh mẽ. Người Tây Tạng thờ vị thần này rất kỹ.

Ô Sô Quân Đồ, dịch là Uế Tích Kim Cang, Ương Câu Thi dịch là Phúc Câu, là một vị Minh Vương Thần. Trên đầu mỗi chân lông của vị thần này có khả năng phun ra lửa. Người ta thường gọi vị này là thần phẫn nộ. Trong một số bức tranh của Tây Tạng, thỉnh thoảng nhìn thấy những vị thần nhảy múa, lửa phun ra xung quanh. Đó là vị thần phẫn nộ.

Bát Bộ Lực Sĩ Thưởng Ca La dịch là Cốt Tỏa Thiên, là vị thần thống lãnh Bát bộ chúng.

Khi trì Chú Đại Bi sẽ có những vị này đi theo bảo vệ. Đi đâu cũng có các vị thần này theo gia hộ thì chúng ta còn lo sợ gì nữa. Bồ Tát Quán Thế Âm nói:

Kinh văn

Ta sai Ma Hê Na La Diên,
Kim Tỳ La Đà Ca Tỳ La,
Thường theo ủng hộ bên hành giả.

Ma Hê Na La Diên hay Ma Hê Thủ La, dịch nghĩa là Đại Tự Tại, là vị đại thiên thần dũng mãnh, có ba con mắt và tám cái tay, trú ở cõi trời Sắc Cứu Cánh.

Kim Tỳ La Đà Ca Tỳ La, còn gọi là Oai Như Vương. Trên hai tay Oai Như Vương thường cầm cung quý và tên quý.

Và Bồ tát tiếp tục sai các vị khác nữa.

Kinh văn

Ta sai Bà Cấp Ta Lâu La,
Mãn Thiện Xa Bát Chân Đà La,
Thường theo ủng hộ bên hành giả.

Bà Cấp Ta Lâu La hay Ta Lâu La, Ca Lâu La, là vị thống lĩnh loài Kim Sí Điểu. Kim Sí Điểu hay Đại Bàng Kim Sí Điểu (chim đại bàng cánh vàng), là giống chim có đôi cánh rất dài. Mỗi lần sải cánh, nó có thể bay tới chín vạn dặm. Vậy nên, khi viết chữ để tặng cho việc khánh thành, mừng chúc doanh nghiệp làm ăn phát đạt, người ta thường lấy câu *Cánh bằng cửu lý*, hàm ý chúc cho việc làm ăn được thành công, giống như đại bàng sải cánh có thể vươn đi xa như vậy. Loài kim sí điểu này ăn thịt loài rồng. Thế là loài rồng tới xin đức Phật, nói: "Đại bàng ăn hết dòng họ của con." Phật liền ban cho loài rồng một cái y, xé một mảnh quấn vào cổ. Đại bàng do đó không ăn thịt được rồng, tới trách Phật: "Rồng là thức ăn của con. Phật không cho con ăn tức là Phật muốn con chết đói rồi." Phật nói: "Thôi được, các ngươi hãy quy y Tam bảo, làm hộ pháp. Ta sẽ căn dặn các đệ tử của ta nhiều đời sau cúng thí thức ăn cho các ngươi." Lúc bấy giờ đại bàng chấp nhận quy y Phật và trở thành hộ pháp. Khi cúng thí cho đại bàng, trên nguyên tắc thì:

1. Ít nhất là bảy hạt cơm (đừng ít hơn, cũng đừng nhiều quá, nhiều hơn bảy hạt một chút thì được);

2. Một sợi bún dài (không quá một gang tay). Lấy một sợi bún hoặc bảy hạt cơm đó bỏ vào trong nước và đọc câu chú Biến thực biến thủy. Đọc xong thì đọc câu Chú Đại Bàng Kim Sí Điểu. Án mục đế tóa ha. Nhờ câu chú đó, đồ cúng sẽ biến thành thức ăn cho đại bàng.

Mãn Thiện Xa Bát Chân Đà La: vị này thống lĩnh những loài phi nhân. Những vị này có quyền năng rất lớn. Bồ tát Quán Thế Âm sai những vị này gia hộ cho những người trì Chú Đại Bi. Bồ tát Quán Thế Âm còn nói:

Kinh văn

Ta sai Tát Giá Ma Hòa La,
Cưu La Đơn Tra Bán Chỉ La,
Thường theo ủng hộ bên hành giả.

Tát Giá Ma Hòa La tức là vị thần thống lãnh loài cá ma-kiệt (makara), một giống cá thân dài đến bảy trăm do-tuần, một do tuần bằng sức chạy của con ngựa trong một ngày.

Cưu La Đơn Tra Bán Chỉ La, cũng gọi là Bán-chỉ-ca (panika), là vị đại thần đứng hàng thứ ba trong số tám vị Dược Xoa Đại tướng.

Kinh văn

Ta sai Tất Bà Già La Vương,
Ưng Đức Tỳ La Tát Hòa La,
Thường theo ủng hộ bên hành giả.

Tất Bà Già La Vương là vị thần làm chủ các loài cây. Ưng Đức Tỳ La Tát Hòa La tên của vị thần hoan hỷ. Vị thần này luôn luôn vui vẻ.

Kinh văn

Ta sai Phạm Ma Tam Bát La,
Ngũ Bộ Tịnh Cư Diêm Ma La,
Thường theo ủng hộ bên hành giả.

Phạm Ma Tam Bát La chính là Phạm Thiên Vương. Ngũ Bộ Tịnh Cư Diêm Ma La, gọi tắt là Diêm Ma thiên, là vị có năng lực xác định các nghiệp lành dữ của chúng sanh trong cõi này. Những vị này cũng theo ủng hộ những người trì Chú Đại Bi.

Kinh văn

Ta sai Thích Vương Tam Thập Tam,
Đại Biện Công Đức Sa Đát Na,
Thường theo ủng hộ bên hành giả.

Thích Vương Tam Thập Tam: tức là trời Đế Thích, làm vua trên cõi trời Tam Thập Tam. Ở đây chỉ vị Thiên chủ Đế Thích và cả 32 vị Thiên chủ phụ thuộc dưới quyền, nên gọi đủ là Tam thập tam. Sa Đát Na dịch là Tăng Ích, cũng gọi là Đại Biện Công Đức Thiên hay Đại Đức Thiên Nữ. Vị thiên nữ này là con gái Đế Thích, là vợ của Đa Văn Thiên Vương, một trong bốn vị Thiên Vương Hộ Thế.

Kinh văn

Ta sai Đề Đầu Lại Tra Vương,
Các thần Mẫu nữ, chúng Đại Lực,
Thường theo ủng hộ bên hành giả.

Đề Đầu Lại Tra Vương tức Trì Quốc Thiên Vương, một trong bốn vị Thiên Vương Hộ thế. Thần Mẫu Nữ tức thần Quỷ Tử Mẫu, là vị thống lãnh chúng dạ-xoa Đại Lực.

Các vị như trên thường theo ủng hộ bên hành giả. Như vậy, chúng ta đi tới mọi nơi: xuống nước thì có thần chủ loài cá ma-kiệt, bay lên trời thì có Đại Bàng Kim Sí Điểu; và khi nằm ngủ thì cũng có các vị đi theo hộ vệ chúng ta, nếu chúng ta trì chú Đại Bi.

Kinh văn

Ta sai Tỳ Lâu Lặc Xoa Vương,
Tỳ Lâu Bác Xoa, Tỳ Sa Môn,
Thường theo ủng hộ bên hành giả.

Tỳ Lâu Lặc Xoa Vương tức Tăng Trưởng Thiên Vương, là một trong bốn vị Thiên Vương. Tỳ Lâu Bác Xoa Tỳ Sa Môn, còn gọi là Đa Văn Thiên Vương, vị này cũng nằm trong bốn vị Thiên Vương Hộ thế.

Kinh văn

Ta sai Kim Sắc Khổng Tước Vương,
Hai mươi tám bộ đại tiên chúng,
Thường theo ủng hộ bên hành giả.

Kim Sắc Khổng Tước Vương là vị thần thân màu vàng ròng, tay trái cầm cờ báu, trên cờ có con chim khổng tước màu sắc rực rỡ. Hai mươi tám bộ tiên chúng tức là các vị thiên chúng ở cả 28 tầng trời, gồm 6 tầng trời cõi Dục, 18 tầng trời cõi Sắc và 4 tầng trời cõi Vô sắc. Khi trì Chú Đại Bi, Bồ tát Quán Thế Âm sai khiến các vị này theo gia hộ mình.

Kinh văn

Ta sai Ma Ni Bạt Đà La,
Tán Chi Đại tướng, Phất La Bà,
Thường theo ủng hộ bên hành giả.

Ma Ni Bạt Đà La là một trong tám vị Dược Xoa Đại tướng, dịch nghĩa là Bảo Hiền. Tán Chi Đại tướng, dịch nghĩa là Chánh Liễu Tri, cũng là một trong tám vị Dược Xoa Đại tướng. Các vị Đại tướng này đều thuộc quyền của Tỳ-sa-môn Thiên Vương.

Kinh văn

Ta sai Nan Đà, Bạt Nan Đà,
Bà Già La Long, Y Bát La,
Thường theo ủng hộ bên hành giả.

Nan Đà và Bạt Nan Đà là hai vị Long vương, dịch nghĩa là Hoan Hỷ và Thiện Hoan Hỷ. Nan Đà là anh, Bạt Nan Đà là em. Hai vị này đều hiện thân có bảy cái đầu và trên tay phải cầm dao, tay trái cầm dây. Bà Già La và Y Bát La cũng là hai vị Long Vương, dịch nghĩa là Hàm Hải Long Vương và Hương Diệp Long vương. Hai vị này đều hiện thân mình rồng đầu voi.

Kinh văn

Ta sai Tu La, Càn Thát Bà,
Ca Lâu, Khẩn Na, Ma Hầu La,
Thường theo ủng hộ bên hành giả.

Các vị này đều thuộc Tám bộ chúng thường ủng hộ Phật pháp. Tu La là A-tu-la, Càn Thát Bà là Hương thần, chỉ sống nhờ thụ hưởng hương thơm. Ca Lâu tức Ca Lâu La, là loài kim sí điểu đã nói ở phần trên. Khẩn Na tức Khẩn-na-la, là vị thần phụ trách thiên nhạc cho Thiên đế. Ma Hầu La tức Ma Hầu La Già, là vị thần đầu rắn mình người.

Kinh văn

Ta sai Thủy, Hỏa, Lôi, Điện thần,
Cưu Bàn Trà vương, Tỳ Xá Xà,
Thường theo ủng hộ bên hành giả.

Thủy, Hỏa, Lôi, Điện thần: lược gọi tên các vị thần nước, thần lửa, thần sấm, thần sét.

Cưu Bàn Trà Vương là vị thống lãnh loài quỷ cưu-bàn-trà. Tỳ Xá Xà là Đạm Tinh Khí quỷ vương, trong Kinh Địa Tạng có nhắc đến tên vị này. Các loài quỷ ác này, nay đều phát tâm hộ trì Phật pháp, nên theo ủng hộ người trì chú Đại bi.

Kinh văn

Các vị thiện thần này cùng thần long vương, thần mẫu nữ đều có năm trăm đại lực xoa quyến thuộc, thường theo ủng hộ người thọ trì thần chú Đại Bi. Nếu người đó ở nơi núi hoang, đồng vắng, ngủ nghỉ một mình, các vị thiện thần ấy thay phiên nhau canh giữ không cho tai ương, chướng nạn phạm đến thân. Nếu hành giả đi trong núi sâu, lạc mất đường về, tụng trì chú này, thiện thần, long vương hóa làm người lành chỉ dẫn lối. Như hành giả trụ nơi núi rừng, đồng vắng, thiếu thốn nước, lửa, long thần vì ủng hộ, hóa ra nước, lửa.

Các vị thiện thần, long vương... hộ pháp này được chia thành 28 nhóm, mỗi nhóm bộ chúng này có thể gồm nhiều vị, được gọi chung trong kinh điển là *Thiên thủ Quán Âm nhị thập bát bộ chúng* (28 bộ chúng của đức Thiên Thủ Quán Âm), được phân chia và gọi tên như sau:

- Bộ chúng thứ nhất: Mật Tích Kim Cang Sĩ, Ô Sô Quân Đồ, Ương Câu Thi.

- Bộ chúng thứ hai: Bát Bộ Lực Sĩ Thưởng Ca La.
- Bộ chúng thứ ba: Ma Hê Na La Diên.
- Bộ chúng thứ tư: Kim Tỳ La Đà Ca Tì La.
- Bộ chúng thứ năm: Bà Cấp Ta Lâu La.
- Bộ chúng thứ sáu: Mãn Thiện Xa Bát Chân Đà La.
- Bộ chúng thứ bảy: Tát Giá Ma Hòa La.
- Bộ chúng thứ tám: Cưu La Đơn Tra Bán Chỉ La.
- Bộ chúng thứ chín: Tất Bà Già La Vương.
- Bộ chúng thứ mười: Ưng Đức Tì La Tát Hòa La.
- Bộ chúng thứ mười một: Phạm Ma Tam Bát La.
- Bộ chúng thứ mười hai: Ngũ Bộ Tịnh Cư Diêm Ma La.
- Bộ chúng thứ mười ba: Thích Vương Tam Thập Tam.
- Bộ chúng thứ mười bốn: Đại Biện Công Đức Sa Đát Na.
- Bộ chúng thứ mười lăm: Đề Đầu Lại Tra Vương.
- Bộ chúng thứ mười sáu: Thần Mẫu Nữ Đại Lực Chúng.
- Bộ chúng thứ mười bảy: Tì Lâu Lặc Xoa Vương.
- Bộ chúng thứ mười tám: Tì Lâu Bác Xoa Tì Sa Môn.
- Bộ chúng thứ mười chín: Kim Sắc Khổng Tước Vương.
- Bộ chúng thứ hai mươi: Nhị Thập Bát Bộ Đại Tiên Chúng.
- Bộ chúng thứ hai mươi mốt: Ma Ni Bạt Đà La.
- Bộ chúng thứ hai mươi hai: Tán Chi Đại Tướng Phất La Bà.
- Bộ chúng thứ hai mươi ba: Nan Đà, Bạt Nan Đà.

- Bộ chúng thứ hai mươi bốn: Bà Già La Long, Y Bát La.
- Bộ chúng thứ hai mươi lăm: Tu La, Càn Thát Bà.
- Bộ chúng thứ hai mươi sáu: Ca Lâu, Khẩn Na, Ma Hầu La.
- Bộ chúng thứ hai mươi bảy: Thủy, Hỏa, Lôi, Điện Thần.
- Bộ chúng thứ hai mươi tám: Cưu Bàn Trà Vương, Tì Xá Xà.

Hai mươi tám bộ chúng này, mỗi bộ chúng đều có 500 đại lực dạ-xoa làm quyến thuộc. Tức là Bồ tát Quán Thế Âm sắc lệnh cho những vị cầm đầu trong những cảnh giới phức tạp và mầu nhiệm này và mỗi vị như vậy đều có 500 vị đại lực dạ xoa đi theo làm quyến thuộc. Chỉ tính riêng số quyến thuộc theo hỗ trợ này là 14.000 vị đại lực dạ xoa. Một đội quân hùng mạnh như vậy luôn đi theo gia hộ cho người trì Chú Đại Bi. Cho nên, trì Chú Đại Bi sẽ đem lại cho chúng ta tất cả sự mầu nhiệm, lợi ích.

Nếu người đó ở hang núi, đồng vắng ngủ nghỉ một mình, các vị thiện thần thay phiên nhau canh giữ không cho tai ương chướng nạn phạm đến. Những cảnh giới mầu nhiệm như thế này thật khó diễn tả. Chỉ có thể hiểu được bằng niềm tin và sự hành trì. Còn nếu như đem tâm phân biệt suy diễn mà nhận hiểu thì sẽ thấy có muôn ngàn điều không thể tin nhận được.

Cho nên, ở trong gia đình nếu muốn chuyển hóa điều gì thì hãy nỗ lực làm cho mình thanh tịnh. Và phương pháp làm thanh tịnh nhanh nhất, đó là hành trì Chú Đại Bi. Cách hành trì như sau: Ngồi yên hít thở độ chừng 5 phút; sau đó niệm Nam-mô Quán Thế Âm Bồ tát khoảng 5 phút;

tiếp theo, niệm Nam-mô A Di Đà Phật khoảng 5 phút, sau đó bắt đầu trì 5 biến. Và quan trọng là phải làm lặp đi lặp lại nhiều lần. Đừng làm nửa chừng, cũng đừng không đều đặn. Làm như vậy sẽ không có giá trị cao.

Nếu hành giả đi trong núi rừng lạc mất đường về, trì tụng thần chú này, thiện thần long vương hóa làm người lành chỉ dẫn lối. Nếu, đi trong núi rừng lạc không biết đường đi, thì nên trì tụng thần chú này, các vị thiện thần, long vương hóa làm người chỉ đường dẫn ta đi.

Như hành giả trụ nơi núi rừng, đồng vắng thiếu thốn nước lửa, long thần vì ủng hộ mà hóa ra nước lửa. Tức là nếu cần nước và lửa, các vị long thần sẽ hóa ra nước, lửa, giúp cho mình không bị chết khát, cũng không bị chết lạnh. Đó đều là nhờ công đức trì tụng Chú Đại Bi.

2. Kệ Thanh Lương

Kinh Đại Bi Tâm Đà-la-ni trải qua nhiều cung bậc khác nhau. Đoạn trước đã tìm hiểu qua về tướng mạo của thần chú. Đoạn này tìm hiểu đến Kệ Thanh Lương.

Kinh văn

Đức Quán Thế Âm Bồ tát lại vì người tụng chú nói bài kệ thanh lương tiêu trừ tai họa.

Trong kinh điển, thường sau khi đức Phật thuyết giảng xong một đoạn kinh thì nói một bài kệ lặp lại nội dung đã giảng, gọi là kệ trùng tụng, tóm lược một cách hệ thống để giúp cho thính chúng dễ nhớ. Tuy nhiên, ở đây Bồ tát Quán Thế Âm đã vì chúng ta mà thuyết bài Kệ Thanh Lương là một nội dung mới, không thuộc thể loại trùng tụng. Nội dung bài kệ sẽ lần lượt được trình bày như sau:

Kinh văn

Hành giả đi trong núi, đồng vắng.
Gặp những cọp sói các thú dữ.
Rắn rết, tinh mỵ, quỷ võng lượng
Tụng tâm chú này khỏi bị hại.

Hành giả là chỉ cho những người trì tụng Chú Đại Bi. Người suốt ngày chỉ biết tụng ở miệng nhưng trong tâm không biết tụng thì không phải hành giả. Hành giả là người biết vận dụng tâm chú vào cuộc sống. Chúng ta biết, tướng mạo của thần chú có đầy đủ: tâm từ bi, tâm bình đẳng, tâm khiêm cung, tâm thanh tịnh mát mẻ. Đó là tâm đại bi. Câu hỏi đặt ra là tại sao chúng ta không thực hiện được tâm đại bi?

Chúng ta thờ Bồ tát Quán Thế Âm. Vậy chúng ta có biết Bồ tát Quán Thế Âm có phẩm tính gì nổi bật nhất? Rõ ràng nhất, đó là hạnh từ bi và cứu khổ. Từ bi và cứu khổ là hạnh nguyện của Bồ tát Quán Thế Âm. Thờ đức Thích Ca Mâu Ni, chúng ta tôn thờ hạnh tinh tấn và nhẫn nhục. Thờ A Di Đà Phật, chúng ta thờ hạnh tiếp dẫn. Thờ Bồ tát Văn Thù Sư Lợi, chúng ta thờ hạnh Trí Tuệ. Mỗi vị có một hạnh riêng. Thờ đức Phật Di Lặc thì chúng ta luôn mỉm cười vui vẻ.

Như vậy, chúng ta thờ đức Phật hoặc Bồ tát nào thì chúng ta học theo phẩm hạnh của vị đó; và mỗi ngày thắp một nén hương chúng ta kết duyên với đức Phật, Bồ tát đó, kết duyên với phẩm hạnh của vị đó. Sáng dậy, thắp hương lễ Quán Thế Âm Bồ tát tức là ta kết duyên lành với Ngài, nguyện sống theo hạnh từ bi cứu khổ của Ngài. Từ là ban vui; bi là cứu khổ; cứu khổ là việc gì giúp được nên giúp và không làm những việc gây đau khổ cho người khác.

Hạnh của ngài là sáu Ba-la-mật. Hãy tập sống như Ngài. Như vậy chính là mình tôn thờ Ngài. Tôn thờ Phật thì phải học theo hạnh của đức Phật, đừng biến Phật thành một đấng quyền năng để van vái cầu xin suốt ngày. Lại nữa, đối trước đức Phật thì cung kính cúi đầu; nhưng sau lưng Phật thì lại muốn làm gì thì làm, vì cứ nghĩ rằng đức Phật không nhìn thấy. Như vậy không phải là thờ Phật; người như vậy không phải là bậc hành giả.

Hành giả ở đây là chỉ người trì chú. Khi họ đi trong núi rừng, đồng vắng, gặp cọp, sói, thú dữ, gặp những tình huống nguy hiểm thì đều nhận được sự giúp đỡ hộ trì của các vị thiện thần hộ pháp.

Cho nên, muốn thực sự được bình yên trong mọi hoàn cảnh thì phải hành trì Chú Đại Bi.

Hành trì Chú Đại Bi phải có từ tâm, thương yêu tất cả chúng sanh. Với tâm đại bi như vậy, tự nhiên cọp, sói, thú dữ đều không dám làm hại.

Các loài tinh my, quỷ võng lượng đều là những tác nhân xấu ác thường gây hại cho người, khiến người ta hay chiêm bao mộng my, hoang tưởng. Thực ra, tâm thức mình có nhiều vọng niệm xấu ác, chiêu cảm nên chúng mới gây hại được. Nếu là người nghiêm mật trì chú thì không bao giờ chúng gây hại được, vì chắc chắn sẽ có long thần hộ pháp luôn gia trì. Những yêu ma, quỷ quái, tinh my này nếu có ý định làm hại mình, mình đọc Chú Đại Bi thì nó bị trói. Thế thì sao có thể hại mình được nữa? Nên chí thành chí thiết đọc tụng chú Đại Bi sẽ có được sự gia trì an ổn như vậy.

Kinh văn

Nếu đi biển cả hoặc sông hồ.
Những rồng, rắn độc, loài ma-kiệt

Dạ Xoa, La Sát, Cá, Rùa lớn.
Nghe tụng chú này tự lánh xa

Các loài rồng, rắn độc, cá ma-kiệt là những loài thường hại người nơi biển cả, sông hồ. Cá ma-kiệt thân dài bảy trăm do-tuần, là loài cá khổng lồ đã có nói đến ở phần trên. Dạ Xoa, La Sát đều là các loài quỷ dữ. Cá, rùa lớn, cũng là những loài làm hại người. Các loài này, khi nghe tụng chú Đại Bi sẽ tự lánh xa.

Kinh văn

Nếu bị quân trận giặc bao vây,
Hoặc gặp người ác đoạt tiền của,
Chí thành xưng tụng chú Đại Bi,
Giặc cướp khởi lòng tự thương xót.

Khi bị quân trận bao vây hết đường thoát rồi, nếu đọc tụng chú này thì như có một nhân duyên thế nào đó, sẽ thoát nạn.

Nếu bị quân giặc bao vây hoặc gặp người ác đoạt tiền của, mình trì Chú Đại Bi thì có những điều chiêu cảm lạ lắm. Ai hành trì Chú Đại Bi thì có thể vượt qua nghiệp này. Nghiệp mất của là do nhân ăn trộm của người khác từ đời trước, hành trì Chú Đại Bi thì nghiệp ăn trộm này được hóa giải; và nhờ sự hóa giải đó, chúng ta có thể không bị mất của. Điều này không đơn giản, hết thảy đều do nhân quả. Mình ăn trộm của người khác thì cho dù mình có cất tiền trong két sắt cũng sẽ bị mở lấy. Nhưng trái lại có khi tiền rơi ngoài đường cũng không mất. Do không tạo nghiệp ăn trộm nên không mất của.

Từ bé tới giờ Thầy không ăn trộm của ai cái gì, cần thì xin thôi. Một lần, Thầy biên dịch, hiệu đính lại Kinh Thủ

Lăng Nghiêm, ráng hết sức biên tập để hướng dẫn cho Phật tử hiểu chân xác lời kinh. Xong đoạn nào thì dạy luôn đoạn ấy. Có đêm dịch tới 3 giờ sáng mới xong cho bài giảng vào 8 giờ sáng. Hồi đó Thầy còn là học Tăng, 5 người ở chung một phòng.

Thầy dùng máy tính giảng bài qua mạng. Nhưng sáng dạy, máy tính không cánh mà bay. Làm sao bây giờ? Cũng không muốn nói ra, sợ Phật tử buồn vì thấy trong chùa lại có chuyện ăn trộm, họ thối tâm thì sao? Cũng không thể đột ngột báo nghỉ học được. Không còn cách nào khác, đành thưa thật là máy bị mất và nhớ đến đâu giảng đến đó, đến đoạn nào không nhớ được nữa thì lớp nghỉ. Nhưng có sự chiêu cảm lạ lỳ: Nguyên đoạn kinh đó, Thầy nhớ hết trong đầu và giảng suốt 3 tiếng đồng hồ mà không sai một chữ nào trong bản kinh. Nhiều Phật tử ngạc nhiên. Sau buổi giảng đó, có ba người xin cúng dường Thầy ba cái máy, nhưng Thầy chỉ nhận một cái máy cúng dường trước tiên thôi.

Các vị thấy đó, mình không có tâm ăn trộm, nên vừa mới mất máy thì cũng được trở lại. Thực ra, Thầy biết rõ người ăn trộm là một tu sĩ. Và Thầy quán chiếu để xem nhân quả ra sao. Quả nhiên, ông thầy này sau đó ăn trộm thêm của vài người nữa, gom tiền lại mua một cái Iphone 4. Mừng lắm! Ông để trong túi áo ngực. Đang lúc đi xe Honda, có người gọi, ông lấy ra nghe. Vừa mới đưa lên tai, có xe chạy vèo qua giật mất. Ông ta về đau khổ suốt ba ngày liền. Nhân quả báo ứng rất phức tạp. Chỉ cần mình đoạn duyên, tự nhiên sẽ dừng. Thấy rõ nhân quả như vậy, nếu hành trì Chú Đại Bi thì tuy trước đây có gây ra tội nhưng được thập phương Tam bảo chứng minh, mình trì Chú Đại Bi và khởi tâm sám hối thì tội sẽ được tiêu diệt. Chính vì lẽ đó, khi giặc cướp thấy mình, tự nhiên nó khởi lòng từ bi, nó không hại mình. Nhân quả là như vậy, có cơ sở đó.

Kinh văn

Nếu bị vua, quan, quân sĩ bắt,
Gông cùm trói buộc giam tù ngục.
Chí thành xưng tụng Chú Đại Bi.
Vua quan tự mở lòng ân xá.

Khi mình thành tâm trì chú Đại Bi trong hoàn cảnh này thì những người có quyền quyết định họ tự nhiên khởi lòng ân xá, không gia hình nữa. Điểm này hay lắm, có nhiều câu chuyện chứng minh điều này.

Kinh văn

Nếu đi vào nhà nuôi sâu độc,
Uống ăn để thuốc muốn hại nhau,
Chí thành xưng tụng chú Đại Bi,
Thuốc độc biến thành nước cam lộ.

Nếu như cảm giác sợ trong thuốc có độc tố thì nên dùng Chú Đại Bi mà trì. Vậy nên, trong các nghi thức Thầy luôn trì Chú Đại Bi, trì chú sẽ diệt sạch độc tố, cải thiện được những điều xấu.

Là một người tu hành, phải luôn hiểu rằng sinh diệt là do nhân duyên trong cuộc đời này. Nếu ai đó đòi mạng mình, mình sẵn sàng trả, không sợ gì hết. Nếu không nợ mạng, thì dù họ có muốn giết mình cũng không giết được. Nghiệp duyên là như vậy. Nếu tu tập tạo duyên phước lớn thì nghiệp xấu cũng tự động thay đổi tốt hơn. Nếu tạo nghiệp sát nhiều thì thiện nghiệp đã tạo cũng tự động mất đi.

Kinh văn

Nữ nhân bị nạn khi sinh sản,
Khổ vì ma quái làm ngăn cản,
Chí thành xưng tụng chú Đại Bi,
Quỷ tà sợ trốn, sinh an ổn.

Đây là nói những trường hợp người phụ nữ khó sinh con, hay gặp những tình huống trở ngại khó khăn. Lúc đó phải làm thế nào, đều có chỉ rõ ở cuối bản kinh này. Ở trong bài kệ chỉ nói tóm lược để chúng ta nhớ vậy thôi. Nói chung, diệu dụng của Chú Đại Bi này có thể giúp chúng ta. Có nhiều loài ma quỷ cản trở sự sinh nở của người mẹ, cốt để làm hại cả mẹ lẫn con. Trong trường hợp như vậy thì *"Chí thành xưng tụng chú Đại Bi. Quỷ tà sợ trốn, sinh an ổn."*

Kinh văn

Gặp rồng, dịch quỷ gieo hơi độc,
Nóng bức, khổ đau sắp mạng chung,
Chí thành xưng tụng chú Đại Bi,
Bệnh dịch tiêu trừ, mạng trường cửu.

Dịch quỷ là loài quỷ gây bệnh dịch, nó gieo hơi độc, làm cho người bệnh nổi sốt lên, mặt mày nóng bừng bừng, đến mức họ chịu không nổi cái nóng đó. Những bệnh do sự mất quân bình trong cơ thể thì bác sĩ có thể trị được, còn bệnh do nghiệp lực thì bác sĩ không thể can thiệp. Trong những trường hợp này, diệu dụng của Chú Đại Bi thật là bất khả tư nghì: *"Chí thành xưng tụng Chú Đại Bi, bệnh dịch tiêu trừ mạng trường cửu."*

Kinh văn

Rồng quỷ lưu hành bệnh thũng độc.
Ung sang lở lói nhiều khổ đau.
Chí thành xưng tụng Chú Đại Bi.
Khạc ra ba lần hơi độc mất.

Bệnh thũng có biểu hiện là thân người đầy lên, do tích nước nhiều. Phần lớn những bệnh loại này thường mắc phải khi sống ở những nơi rừng thiêng nước độc, nhiều sơn lam chướng khí. Ung sang lở lói là nói chung các bệnh về ung nhọt, ghẻ lở, luôn khiến người bệnh phải chịu nhiều đau đớn khổ sở. Đối với tất cả những trường hợp này, nếu chí thành trì tụng chú Đại Bi thì đều có thể tiêu độc giải nạn.

Kinh văn

Chúng sanh đời trược khởi lòng ác,
Trù ếm hại cho thỏa oán thù,
Chí thành xưng tụng chú Đại Bi,
Liền phản trở lại người trù ếm

Đời trược cõi trược thật dơ bẩn. Chúng sanh đời trược rất độc ác. Họ làm ác như một quán tính. Chẳng hạn họ nói ra một câu và câu đó gây tổn hại cho người khác như thế nào, họ không biết, chỉ hùa theo mọi người mà nói. Do trí không nhìn ra và cứ đi theo đó mà khởi lòng ác.

Chuyện lễ nghi đạo đức thì xưa và nay cũng khác nhau nhiều lắm. Khi ngồi quán chiếu mức độ suy giảm của kiếp này, chúng ta sẽ thấy, cái ác càng sinh ra thì thọ mạng càng giảm xuống và phước lành bị ẩn mất. Cho nên, con người sẽ phải đối diện với khó khăn nhiều hơn, nhân loại càng phải đối diện với những chướng nạn. Người ta tìm mọi cách để giải quyết những chướng nạn, nhưng người ta không hiểu rằng phải giải quyết từ việc chuyển nghiệp.

Muốn chuyển được nghiệp thì phải nỗ lực tu tập. Gần đây, Thầy thấy Việt Nam có sự thay đổi. Thay đổi đáng mừng nhất là có nhiều người biết đi chùa, niệm Phật. Đặc biệt, lứa tuổi trẻ như học sinh, thiếu niên, sinh viên cũng thích đi chùa, thích niệm Phật, thích ăn chay. Có thể tầng lớp chúng sanh này đã tạo thiện căn nhiều đời với đạo Phật. Nếu như toàn dân tộc biết làm phước thiện, biết tu tập thì cộng nghiệp của dân tộc sẽ thay đổi. Một khi nghiệp của dân tộc thay đổi thì không sức mạnh nào có thể cản nổi sự vươn lên hoàn thiện của dân tộc đó.

Thầy khuyên mọi người nên cố gắng niệm Phật. Niệm Phật thì tâm trí tỉnh táo, tâm trí tỉnh táo thì biết phân biệt chính tà, biết phân biệt chính tà thì tự biết điều gì nên làm, điều gì nên tránh.

Sự giáo dục rất quan trọng. Phật tử đi chùa, nếu không được học kinh điển giáo pháp, không học Kinh Đại Bi Tâm Đà-la-ni thì sẽ không thể hình dung hết được thần thái của Chú Đại Bi. Một khi đã học được Kinh Đại Bi Tâm Đà-la-ni, đã hình dung được thần thái của Chú rồi, thì việc ngồi xuống trì chú sẽ khác hoàn toàn với khi chưa học. Khi lượng tâm như vậy, sức mạnh như vậy, tinh thần như vậy thì diệu dụng sẽ tiến bộ hơn rất nhiều. Đó là lẽ thường tình. Nhưng vô thường tới lúc nào mình không thể biết, nên chuyện tu tập đừng nên chậm trễ, hẹn lại ngày mai. Đa số Phật tử đi chùa tất bật công quả, lễ sám, tụng kinh, cúng dường, nhưng giáo lý thì mù mờ không chịu học hỏi, trong tâm không rõ biết. Lúc nào cũng chỉ biết nghĩ cố gắng làm cho có tiền cúng dường nhiều hơn cho thêm phước. Thật sự mà nói, chùa đâu có thiếu thốn? Điều quý giá nhất của người Phật tử đến chùa là phải học hỏi được Phật pháp. Thầy hy vọng đạo tràng chúng ta đừng bao giờ biến mình thành những người Phật tử không biết học pháp. Việc cúng dường nhiều hay ít không quan trọng, quan trọng nhất là cần phải có tâm cung kính, tâm chí thành. Còn việc học tập kinh điển giáo pháp phải được xem là bổn phận, là trách nhiệm của người Phật tử khi đến chùa.

Kinh văn

Chúng sanh cõi trược đời mạt pháp,
Lửa dâm dục thịnh tâm điên đảo,
Ngoại tình xa vợ, bỏ chồng con,
Ngày đêm mãi tưởng điều sai quấy.
Nếu hay xưng tụng chú Đại Bi,
Lửa dục tiêu trừ, tâm tà dứt.

Những trường hợp này thời nay nhiều lắm. Tâm ái dục của chúng sanh thời mạt pháp nếu không có sự tu dưỡng, kiềm chế thì cũng giống như ngọn lửa dữ, càng ngày càng bốc cao hơn. Do vậy mà không ít người càng lớn tuổi càng sinh ra nhiều chuyện bê bối, trác táng, hủy hoại hạnh phúc gia đình. Đối với người Phật tử đã lớn tuổi phải luôn tự suy xét, mình đã quy y Tam bảo thì phải tu tập, nêu tấm gương đạo đức cho con cháu noi theo. Trong xóm làng, dòng họ, gia tộc có được những người lớn tuổi sống gương mẫu thì thật quý hóa. Sống có tiết chế cũng là để giữ gìn sức khỏe cho tuổi già. Đừng buông trôi theo tâm tham ái, gây tạo nghiệp xấu phải khổ đau nhiều đời. Tâm như thế gọi là tâm điên đảo, vì chỉ chạy theo niềm vui trong thoáng chốc mà phải nhận lấy khổ đau triền miên qua nhiều đời nhiều kiếp. Người có lý trí, biết suy xét lẽ thiệt hơn thì sẽ không ai làm như vậy.

"Ngoại tình xa vợ, bỏ chồng con. Ngày đêm mãi tưởng điều sai quấy." Đây chính là kết quả của sự buông thả tâm tham dục. Sự buông thả, trác táng này bất luận đàn ông hay đàn bà đều có thể phạm vào. Cho nên, đàn ông thì bỏ vợ, đàn bà thì bỏ cả chồng con, cũng chỉ vì chạy theo sự tham dục trong nhất thời mà thôi. Do sự buông thả không kiềm chế nên trong tâm ý họ lúc nào cũng chỉ nghĩ tưởng đến những điều sai quấy mà thôi.

Là người tu phải biết tự xấu hổ khi nghĩ điều xấu, khi làm điều xấu. Phật dạy: *"Các Tỳ kheo, mỗi buổi sáng các ông hãy tự xoa đầu mình."* Xoa đầu thì mới nhớ đầu mình không có tóc, không có tóc tức là mình cạo tóc. Mình cạo bỏ râu tóc là để đi tu, không thể quên đi lý tưởng ban đầu. Khoác chiếc áo lam lên mình, nên luôn phải nhớ mình đang là người tu. Cho nên, cần thể hiện cung cách của người tu thế nào cho đúng. Thể hiện ở việc ứng dụng Phật pháp, ở sự tu tập sửa đổi ngay trong cuộc sống hằng ngày.

"Nếu hay xưng tụng Chú Đại Bi. Lửa dục tiêu trừ, tâm tà dứt." Đây cũng chính là công năng bất khả tư nghì của chú Đại Bi. Một khi hành giả đã chí thành trì tụng thì trong tâm tưởng không thể còn khởi sinh bất kỳ những chuyện sai quấy, tà vạy nào. Lòng dục của chúng sanh giống như ngọn lửa, nếu thêm củi vào thì lửa cháy ngày càng lớn, nếu rút hết củi ra thì lửa ấy tự tắt. Trì tụng chú Đại Bi chính là vất bỏ hết nguồn củi tham ái, khiến cho *"lửa dục tiêu trừ, tâm tà dứt"*.

Kinh văn

Công lực đại bi chỉ lược qua.

Nếu ta nói hết không cùng kiếp.

Khi ấy Bồ tát Quán Thế Âm lại bảo Phạm Vương rằng: "Này

Phạm Vương, nếu có chúng sanh nào mà muốn tiêu trừ tai nạn ma chướng, hoặc là những tai nạn những rủi ro bất ngờ xảy ra thì nên lấy chỉ ngũ sắc, xe lại thành một sợi. Trước tiên tụng chú này 5 biến, kế tụng 21 biến, xong rồi cứ một biến lại thắt một gút, rồi đeo nơi cổ hoặc bỏ nơi đãy."

Hai câu kệ cuối cùng cho chúng ta biết rằng công năng diệu dụng của chú Đại Bi được nói đến ở đây chỉ là một phần nhỏ, vì nếu Bồ tát giảng rộng cho đầy đủ thì dù suốt kiếp cũng không thể nói hết.

Kinh văn nói dùng chỉ ngũ sắc để trì chú vào, nhưng nếu không có chỉ ngũ sắc thì có thể lấy năm sợi chỉ năm màu khác nhau xe lại thành một sợi, rồi trước tiên tụng 5 biến thần chú này. Tụng xong 5 biến thì tiếp tục tụng 21 biến, nhưng cứ mỗi biến lại thắt một gút trong sợi chỉ. Tức là thắt đủ 21 gút và gút thành vòng tròn giống như sợi dây đeo cổ. Sau đó, thì đeo lên cổ hoặc bỏ nơi đãy. Đó là cách làm cụ thể.

Kinh văn

Tâm chú này đây do 99 ức hằng sa chư Phật đời quá khứ đã nói. Các đức Phật ấy vì thương xót muốn cho những người tu hành công đức lục độ chưa đầy đủ mau được đầy đủ, mầm Bồ-đề chưa phát, mau được phát sinh; hàng Thanh văn chưa chứng mau được chứng quả; các vị thần tiên trong cõi đại thiên chưa phát lòng Bồ-đề, mau được phát tâm Bồ-đề.

Công đức lục độ chưa đầy đủ tức là bố thí chưa đầy đủ, trì giới chưa đủ, nhẫn nhục chưa đủ. Tức là khi công đức lục độ chưa đầy đủ, nhẫn nhục, tinh tấn, trì giới, thiền định chưa đầy đủ thì nhờ làm như vậy sẽ được đầy đủ. Hai mươi mốt gút đeo trên thân sẽ có sự gia hộ.

Mầm Bồ-đề chưa phát mau được phát sinh. Cầu giác ngộ, cầu giải thoát chính là mầm Bồ-đề. Hàng Thanh văn chưa chứng mau được chứng quả. Thanh văn chỉ cho đệ tử của Phật thực hành giáo lý Tứ Diệu Đế, khổ tập diệt đạo, muốn chứng được tứ quả Thanh văn Tu Đà Hoàn, Tư Đà Hàm, A Na Hàm và A La Hán nhưng chưa chứng được. Nếu vậy, nên hành trì chú này sẽ mau được chứng quả.

Các vị thần tiên trong cõi đại thiên chưa phát tâm Bồ-đề thì mau phát tâm Bồ-đề. Các vị thần tiên trong cõi đại thiên tu theo tiên đạo không giải thoát được, chỉ có phát tâm Bồ-đề thì mới giải thoát được.

Kinh văn

Nếu chúng sanh nào chưa được tín căn Đại thừa, do sức oai thần của Đà-la-ni này, hạt giống Đại thừa tự sinh mầm và tăng trưởng, lại do sức từ bi phương tiện của ta, khiến cho sự mong cầu của họ đều được thành tựu.

Tín căn hiểu một cách đơn giản là gốc rễ niềm tin, ở đây là gốc rễ niềm tin Đại thừa. Muốn có được gốc rễ niềm tin chắc chắn, vững vàng, Thầy khuyên quý Phật tử phải có một hướng sống rõ ràng, lập luận đúng đắn. Thứ nhất, cần dựa trên 5 giới làm nền tảng. Lựa chọn pháp môn nào để tu tập là tùy thuộc cá nhân mình, nhưng cần phải có một thế giới nội tâm rõ ràng. Nếu có chết thì cũng chết trong cái nội tâm đó. Đau khổ hay hạnh phúc chính là chỗ đó. Nếu không có nội tâm rõ ràng, không có hệ thống tư tưởng, thì các yếu tố bên ngoài sẽ xâm nhập vào. Lúc đó mình thất điên bát đảo hết. Kinh văn nói, nếu chưa có niềm tin Đại thừa, trì Chú Đại Bi sẽ đem lại niềm tin Đại thừa. Cho nên, đây cũng chính là một pháp môn khởi đầu cho chúng ta.

Đại thừa là một cỗ xe lớn, với nghĩa mình đi và đưa người khác đi theo. Thầy giảng pháp cho các vị cũng là giảng lại cho chính mình. Nghiền ngẫm kinh điển chính là để hoằng pháp lợi sinh. Đó là trách nhiệm của một người xuất gia. Thầy trì chú, niệm Phật và các vị cũng cùng với Thầy trì chú, niệm Phật. Đó là ý nghĩa của Đại thừa. Tức là mình tu và tạo điều kiện để cho người khác cùng tu với mình và cả hai cùng có lợi, cùng tu tiến, đó là tinh thần của Đại thừa.

Kinh văn

Lại nữa, trong tam thiên đại thiên thế giới, những chúng sanh ở nơi ba đường ác, ở chỗ sâu kín tối tăm, nghe thần chú của ta đây đều được lìa khổ.

Ba đường ác là địa ngục, ngạ quỷ, súc sinh. Chỗ sâu kín tối tăm chỉ địa ngục. Nơi đó, mặt trời mặt trăng không thể chiếu tới được. Chúng sanh do nghiệp lực đọa vào những nơi ấy, có thể nhờ nghe được thần chú Đại Bi này mà được thoát khổ.

Kinh văn

Các vị Bồ Tát chưa lên bậc Sơ trụ, mau được siêu lên, cho đến mau chứng ngôi Thập trụ, mau đến quả vị Phật, thành tựu ba mươi hai tướng tốt và tám mươi vẻ đẹp tùy hình. Nếu hàng Thanh văn một phen được nghe qua chú này, hoặc biên chép, tu hành môn đà-la-ni này, dùng tâm chất trực như pháp mà trụ, thì bốn quả sa-môn không cầu tự được.

Các bậc Bồ tát chưa lên bậc sơ trụ mau được siêu lên. Siêu lên nghĩa là sao? Chúng ta luôn sống với cái có và không. Cái có và không này thật điên đảo. Vậy, mình phải sống với Trung đạo, nghĩa là vượt lên trên cái có và cái không. Thấy đây là có, có về mặt hiện tượng duyên sinh. Thấy đây là không, là vì bản thể của nó là huyễn. Như vậy mới là thấy cái trung đạo. Vượt lên trên cả có và không để nhận thức vấn đề. Đó chính là đưa lòng mình trở về với trung đạo.

Nếu mình nói: *"Nó mắng tôi chửi tôi"* thì đó là có người chửi và có người bị chửi; có người khen, có người chê. Như vậy là có hai cái rồi, chấp cái này hoặc là chấp cái kia. Vượt lên khen và chê thì sẽ không bị ảnh hưởng bởi nó. Đó là lý trung đạo. Nên hiểu trung đạo như vậy và làm theo như vậy thì được gọi là siêu lên.

Chưa lên bậc Sơ địa thì mau siêu lên cho tới ngôi Thập trụ, mau đến quả Phật thành tựu ba mươi hai tướng tốt và tám mươi vẻ đẹp tùy hình. Đức Phật Thích Ca Mâu Ni có đủ ba mươi hai tướng tốt và tám mươi vẻ đẹp tùy hình, cũng có khi gọi là ba mươi hai tướng chính và tám mươi tướng phụ. Những tướng chính và tướng phụ này đều là kết quả của công phu tu tập trải qua vô lượng kiếp. Ba mươi hai tướng tốt được tin là giống nhau giữa một vị Phật và một vị Chuyển luân Thánh vương, nhưng vị Chuyển luân Thánh vương không có đủ tám mươi vẻ đẹp như đức Phật. Về ba mươi hai tướng tốt, chúng ta có thể xem trong Đại Trí Độ Luận (大智度論), quyển 4, có liệt kê đầy đủ. Tám mươi vẻ đẹp tùy hình thì có thể xem đầy đủ trong Phật Bản Hạnh Tập Kinh (佛本行集經). Do phạm vi giới hạn của bài giảng này, chúng ta không thể đề cập chi tiết đến tất cả các tướng chính và tướng phụ của đức Phật.

Nếu hàng Thanh văn một phen nghe được qua chú này hoặc là biên chép, tu hành môn Đà-la-ni này, dùng tâm chất trực như pháp mà trụ thì bốn quả sa-môn không cầu tự được. Mỗi đêm chép khoảng một hai trang kinh, hoặc chép câu chú này thì công đức rất lớn. Tâm chất trực là tâm ngay thẳng, không khuất tất, gian dối. Là người tu học, hãy mở lòng mình ra, nhận thức rõ cả cái đúng và cái sai, vì cả hai đều có tác dụng tốt khi mình biết vận dụng. Biết sai để mình né tránh và biết đúng để mình học hỏi làm theo. Tất cả đều đưa đến sự an lạc và đem lại giá trị tu tiến cho mình. *"Như pháp mà trụ thì bốn quả sa-môn không cầu mà được."* Bốn quả sa-môn tức là bốn Thánh quả của hàng Thanh văn, gồm từ Sơ quả Tu-đà-hoàn đến Tứ quả A-la-hán, nếu trì Chú Đại Bi cũng thành tựu được.

Kinh văn

> **Công lực của thần chú này có thể khiến cho nước sông hồ biển cả trong cõi đại thiên dâng trào, vách đá, núi nhỏ, núi Thiết Vi và núi Tu Di thảy đều rung động, lại có thể làm cho tan nát thành bụi nhỏ, những chúng sanh ở trong ấy đều phát tâm Bồ Đề. Nếu chúng sanh nào trong đời hiện tại muốn mong cầu việc chi nên giữ gìn trai giới nghiêm sạch trong 21 ngày và tụng trì chú Đại Bi tất sẽ được toại nguyện.**

Nếu mình muốn cầu một việc gì đó linh thiêng, khẩn thiết thì nên giữ gìn trai giới sạch sẽ trong vòng 21 ngày và tụng Chú Đại Bi, tụng một ngày ít nhất là 5 biến tất sẽ được toại nguyện.

Kinh văn

> **Nếu thường chí tâm trì tụng thì từ kiếp sống này đến kiếp sống khác tất cả các nghiệp ác khác đều mau tiêu diệt. Tất cả chư Phật, Bồ tát, Phạm Vương, Đế Thích, Tứ Thiên Vương, Thần Tiên Long Vương thảy đều chứng biết cho.**

Mầu nhiệm vô cùng! Nhưng những điều này chỉ ứng nghiệm với những người thực sự chí tâm hành trì. Thường ở những đạo tràng lớn, những việc cần lớn, Thầy cũng tổ chức những lễ đàn này. Phát tâm trì tụng 21 ngày, cứ vậy, dần dần những điều cầu nguyện sẽ được cảm ứng như ý.

Kinh văn

Hàng trời người nào thọ trì tâm chú này, như tắm gội trong sông, hồ, biển cả, nếu những chúng sanh ở trong đó được nước tắm gội của người này dính vào thân thì bao nhiêu nghiệp nặng tội ác thảy đều tiêu diệt, liền được siêu sinh về tha phương Tịnh Độ, hóa sanh nơi hoa sen, không còn thọ thân thai, noãn, thấp nữa. Các chúng sanh ấy chỉ nhờ chút ảnh hưởng mà còn được như thế, huống chi là chính người trì tụng?

Chư thiên hay là con người chúng ta thọ trì tâm chú.[1] Thường khi nhập tâm rồi thì một lần có thể trì được 1.080 biến; khi nhập tâm thì trì rất nhanh, câu chú đi qua rất nhanh trong tâm họ. Cho nên, khi tụng Chú Đại Bi thì Thầy tụng chậm, nhưng trì Chú Đại Bi thì phải tụng nhanh. Tụng nhanh mới ra trì chú. Phải luyện tập đọc đi đọc lại nhiều lần để thâm nhập vào trong tâm mình và khi ấy mình đọc rất nhanh, nhập tâm được. Khi đạt đến trình độ đó thì người trì chú từ trong hồ đi ra, nước tắm gội của họ, nếu người nào vào lại hồ đó tắm, được nước đó dính vào thân là bao nhiêu nghiệp nặng tội ác đều tiêu diệt. Như vậy, bản thân người trì chú đã đại diện cho một câu Chú Đại Bi rồi và người nào tắm được trong nước đó thì cũng thấm được nước đại bi này. Đó là sự chiêu cảm, và kết quả là *"liền được siêu sinh về Tây Phương Tịnh Độ, hóa sinh nơi hoa sen, không còn thân thai, noãn, thấp sinh nữa"*.

[1] Tâm chú: chỉ việc trì tới mức nhập tâm. Trì chú mà quên trước quên sau thì chưa nhập tâm.

Cho nên, trì Chú Đại Bi cũng có thể tiếp độ chúng sanh được. Thầy tin tưởng tuyệt đối ở câu chú này. Gần hai chục năm rồi, không ngày nào Thầy không tụng 5 biến Chú Đại Bi. Thầy thấy có sự chuyển biến rất mạnh. Có những việc mầu nhiệm lạ kỳ sinh ra.

"Các chúng sanh ấy chỉ nhờ chút ảnh hưởng mà còn được như thế huống chi chính là người trì tụng." Nhờ ảnh hưởng từ nước tắm đó mà sinh lợi lạc như vậy, huống chi chính bản thân người trì tụng. Từ từ chúng ta thấm dần, hiểu dần dần giá trị Chú Đại Bi cũng như sức mạnh của nó.

Kinh văn

Và, như người tụng chú đi nơi đường, có ngọn gió thổi qua mình, nếu những chúng sanh ở sau được ngọn gió của kẻ ấy lướt qua y phục thì tất cả nghiệp ác, chướng nặng thảy đều tiêu diệt, không còn đọa vào tam đồ, thường sanh ở trước chư Phật. Cho nên, phải biết quả báo phước đức của người trì tụng chú thật không thể nghĩ bàn!

Cho nên, ai đi sau lưng người trì Chú Đại Bi thì cũng được phước đức từ người trì chú đó, sẽ không còn đọa vào ba đường ác, thường sinh ở trước chư Phật. Cho nên phải biết phước đức của người trì Chú Đại Bi thật không thể nghĩ bàn.

Kinh văn

Lại nữa, người trì tụng đà-la-ni này, khi thốt ra lời nói chi, hoặc thiện hoặc ác, tất cả thiên ma ngoại đạo, thiên, long, quỷ thần đều nghe thành tiếng pháp âm thanh tịnh, đối với người ấy khởi lòng cung kính, tôn trọng như Phật.

Tức là người trì tụng Chú Đại Bi này khi nói ra bất cứ

lời nào, hoặc thiện hoặc ác, thì tất cả thiên ma ngoại đạo, tức là chư thiên, loài rồng, Ma vương, ngoại đạo, quỷ thần, đều nghe thành tiếng pháp âm thanh tịnh, đối với người ấy khởi lòng cung kính trân trọng như Phật.

Trong thực tế, nếu mỗi ngày đều trì được 1.008 biến thì sẽ nhập tâm. Khi nhập tâm tới mức đó thì dụng tâm của hành giả là dụng tâm của pháp chuyển hóa, không có dụng tâm ác. Người nhiều sân si sẽ không phải là người hành trì kinh điển. Bất cứ ai nếu không kiềm chế được cơn nóng giận của mình thì không phải là người thực hành pháp. Người thực hành pháp, đương nhiên tham sân si phải lắng dần dần xuống, dù không thể trừ bỏ một lần nhưng nhất định phải có sự giảm dần.

Đối với người ấy khởi lòng cung kính trân trọng như Phật.

Kinh văn

Người nào trì tụng đà-la-ni này, nên biết người ấy chính là tạng Phật thân, vì 99 ức hằng hà sa chư Phật đều yêu quý.

Tạng Phật thân giống như là pháp thân thanh tịnh của Phật đang hiện tiền và 99 ức hằng sa chư Phật đều yêu quý là như vậy.

Chúng ta đã tìm hiểu và thấy rõ bài kệ thanh lương và công đức mầu nhiệm của thần Chú Đại Bi. Thầy hy vọng đạo tràng chúng ta từ đây về sau ít nhất mỗi ngày nên nỗ lực tụng cho được 5 biến Chú Đại Bi. Không bắt buộc phải tụng liền một lần 5 biến, thời khắc, địa điểm có thể tùy nghi, miễn là đủ 5 biến mỗi ngày.

Kinh văn

Nên biết người ấy là tạng quang minh vì ánh sáng của tất cả Như Lai đều chiếu đến nơi mình. Nên biết người ấy là

tạng từ bi vì thường dùng Đà-la-ni cứu độ chúng sanh.

Tạng quang minh chỉ nơi tập trung tất cả nguồn ánh sáng, là nơi hội tụ nguồn ánh sáng. Tạng từ bi chỉ việc người trì Chú Đại Bi phát tâm độ tận chúng sanh và nuôi dưỡng từ bi trong lòng mình.

Lòng từ bi rất quan trọng đối với một người con Phật. Vì thiếu lòng từ bi nên cuộc sống chúng ta mới đau khổ. Các vị cứ để ý xem, khi tức giận, buồn bực với ai, đều là do thiếu lòng từ bi. Khi thiếu lòng từ bi thì dĩ nhiên không phát huy lòng từ bi của mình. Lòng từ bi chỉ có thể phát huy khi chúng ta có một nhận thức sâu sắc rằng: xung quanh mình có nhiều người đau khổ hơn bản thân mình.[1] Và khi thấy được nỗi khổ của cộng đồng, của con người thì cần phải có thái độ chia sẻ với khổ đau của mọi người. Nỗ lực giảm bớt đau khổ của cộng đồng chính là thái độ của từ bi. Cho nên, nếu không có trí tuệ thì không thể nào ý thức được từ bi. Khi không có trí tuệ thì chỉ thấy mình khổ hơn người khác, luôn thấy mình là nơi tập trung của mọi đau khổ và mình cần nhận được sự chia sẻ từ người khác, thay vì tự mình chia sẻ đau khổ của người khác.

Cho nên, là một Phật tử phải biết ôm lấy niềm đau. Đó là một yếu lý. Ôm lấy niềm đau là chấp nhận mọi đau khổ, tự thấy rằng mình có đầy đủ nghị lực để vượt qua những đau khổ này. Nếu mình cần một người nào cùng chịu đau khổ với mình thì chẳng khác nào mình san sẻ cái đau khổ của mình cho người ta. Vì lòng đại bi, mình chấp nhận mọi đau khổ. Tuy nhiên, không phải chấp nhận để rồi mình khổ đau mãi trong lòng, mà là phải tự quán chiếu và hóa

---

[1] Nhiều người không có đôi chân để đi, mất đi một quả thận, hoặc người bị ung thư máu, bị chứng bệnh nan y... họ giành giật lấy sự sống từng ngày từng giờ. Hoặc có người không đủ cơm ăn áo mặc, không có nơi để che thân...

giải. Phải tu tập để nhận thức được rằng: đau khổ cũng chỉ là một loại cảm thọ. Cảm thọ là một dòng tâm lý liên tục biến chuyển không nhất định, có cảm thọ buồn, cảm thọ vui, có khi thuận ý, có khi nghịch ý. Chỉ vậy thôi.

Kinh văn

Nên biết người ấy chính là tạng diệu pháp, vì nhiếp hết tất cả các môn các môn đà-la-ni. Nên biết người ấy chính là tạng thiền định vì trăm ngàn tam muội thảy đều hiện tiền.

Nên biết người ấy chính là tạng diệu pháp vì nhiếp hết tất cả các môn Đà-la-ni. Người hành trì Chú Đại Bi, để tâm Đại bi Đà-la-ni trong lòng mình, để tất cả chân ngôn trong lòng, để *tổng nhất thiết pháp* và *trì nhất thiết nghĩa* trong lòng mình. Như vậy làm sao mình không phải là chỗ lưu chứa tất cả diệu dụng trong Phật pháp? Vì vậy, nên biết người ấy chính là diệu pháp vì nhiếp hết tất cả các môn Đà-la-ni.

Nên biết người ấy chính là tạng Thiền định vì trì mật chú này trở thành tạng thiền định. Điều này cho thấy một quan điểm nữa là: Thiền chính là Mật, Mật cũng chính là Thiền. Người hiểu đạo thì thấy như vậy. Trăm sông ngàn rạch đều chảy về biển, về biển thì đều thuần một vị, đó là vị mặn. Cũng vậy, giáo pháp của đức Phật từ khoảng đầu, giữa đến cuối đều thuần một vị, đó là vị giải thoát. Thế thì làm gì có sự chống trái giữa Thiền, Tịnh và Mật? Tùy theo căn cơ chúng sanh mà có cái sự lĩnh hội khác nhau. Lĩnh hội như thế nào cho phù hợp với mình. Đó mới chính là an lạc và hạnh phúc.

Nếu không có căn cơ về thiền mà ngồi thiền, tất nhiên sẽ không đạt được hiệu quả. Phải có căn cơ Tịnh độ thì niệm Phật mới được, hoặc phải niệm thành tiếng thì mới tập trung được. Lại có người ưa thích về mật chú. Nên đức Phật dạy: Tất cả các pháp đều là Phật pháp. Chúng ta thấy người trì chú thuộc tạng thiền định, vì khi trì chú, tâm mình chuyên nhất trong câu chú, tay bắt ấn, miệng niệm chân ngôn, tâm thì quán tưởng, đó gọi là *tam mật viên dung*. Như vậy thì tất cả mọi vọng tưởng điên đảo đều rơi rụng hết, không phải thiền thì là gì? Rõ ràng đến đây học, chúng ta thấy giáo pháp đều có sự thông suốt với nhau. Trong sự thông suốt này, thiền cũng chính là mật, mật cũng chính là thiền. Cho nên, đừng xiển dương mật rồi xem thường thiền, cũng đừng xiển dương thiền lại xem nhẹ mật. Người như thế là điên đảo, là không hiểu Phật pháp. Vì trăm ngàn tam muội thảy đều hiện tiền, tức trăm ngàn sự tập trung thiền định đều hiện tiền nơi tâm người trì chú.

Kinh văn

> **Nên biết người ấy chính là tạng hư không, vì hằng dùng không tuệ quán sát chúng sanh. Nên biết người ấy chính là tạng vô úy vì thiên, long, thiện thần thường theo hộ trì.**

Nên biết người ấy chính là tạng hư không vì hằng dùng không tuệ quán sát chúng sanh. Tạng hư không là sao? Tức là cái không tuệ quán sát gọi là không. Không là nhìn vào mặt bản chất. Bây giờ các vị nhìn thấy Thầy đang ngồi đây, tức là các vị đang tập trung vào sự tồn tại của Thầy. Tồn tại dưới dạng tứ đại giả hợp, do một nhân duyên nào đó kết hợp thành và cái thân ấy đang phải chịu một quá trình trao đổi chất liên tục, ăn uống vào, thải bỏ ra, đủ thứ hết. Nếu không cung cấp năng lượng nữa thì thân này phải chết. Như vậy, rõ ràng tồn tại dưới một dạng hiện tượng.[1]

[1] Nếu như, cái này nương vào cái kia mà tồn tại, cái kia nương vào cái nọ mà

Nó tồn tại dưới một dạng hiện tượng, vậy bây giờ thử đi tìm, tìm cho ra đâu là Huyền Châu? Trong hơi thở không phải Huyền Châu, con mắt không phải Huyền Châu, lỗ tai không phải Huyền Châu, và tổ hợp lại gom thành một đống cũng không phải là Huyền Châu nữa. Tất cả giả hợp lại và gọi là danh. Giả danh là vậy đó. Như vậy, quán chiếu cho ra được bản chất của nó là huyễn giả, lúc bấy giờ mình thấy: đó chính là quán không. Người hành trì mật tông, hành trì Đại bi tâm Đà-la-ni mà thiếu sự quán không này thì rất khó thành tựu. Cho nên, trong tinh thần quán không, người này thành tựu được. Người trì Chú Đại Bi cũng chính là Tạng Hư Không vì thường dùng *không tuệ* để quán sát tất cả sự tồn tại của thế gian này.

Nên biết người ấy chính là tạng vô úy vì thiên, long, thiện thần thường theo hộ trì. Vô úy là không sợ. Mình trì chú mình không sợ ma. Hồi xưa, trong ngôi chùa quê Thầy có nhiều ma lắm. Một buổi tối Thầy đang nằm ngủ bên cửa sổ trong gian phòng góc chùa, cửa sổ không có cánh, tự nhiên có ai đó sờ chân mình, cảm giác có cái tay, lạnh lắm. Thầy chụp tay nó, ngồi dậy hỏi "ai đó?" Nhìn không thấy ai hết. Lại vào ngủ, nhưng ngủ không được. Thầy cảm thấy: đầu mình không sợ nhưng bụng mình sợ. Bụng sợ là do thiếu định lực. Thế là, Thầy ngồi im, nhắm mắt lại, và bắt đầu tụng *Thiên thủ thiên nhãn vô ngại đại bi...* Miệng thì tụng nhưng đầu lại nghĩ đến ma, cho nên sang biến thứ hai thì tụng không đúng, tụng sai câu chú. Vừa mới sai là nó thò tay chụp liền. Thầy chụp lại một cái, có cảm giác giống như nắm cái tay, nhưng nắm không được. Biết là ở ngoài cửa sổ thò tay vào rồi, mở cửa nhảy ra liền, không thấy gì. Trở lại phòng ngủ thì thật khó hiểu: thấy

---

tồn tại thì, cái này sinh cái kia sinh cái này diệt cái kia diệt và sinh diệt diệt sinh đảo điên lẫn lộn hết. Nó sẽ trở thành một cấu trúc rất phức tạp.

có những mẩu giống như xi măng chết, như có ai ở ngoài cửa sổ ném vào màn vậy. Ở chùa đó, cứ mỗi lần bỏ tụng kinh một bữa thì không sao, nhưng sang bữa thứ hai, thì bước ra cửa là nhìn thấy con rắn mái gầm nằm trước cửa rồi. Sau này, Thầy mới hiểu đó là thần rắn. Thần rắn họ tu, họ vào nghe kinh chú. Tu tập, sống trong môi trường như vậy khiến mình phải liên tục tinh tấn. Không thể đùa được. Cho nên, trì Chú Đại Bi lâu ngày tự nhiên mình hết sợ, tự nhiên trong lòng thấy đầy đủ và không còn sợ nữa. Đó gọi là tạng vô úy. Tại sao như vậy? Vì thiên long thiện thần thường theo hộ vệ người này.

Kinh văn

> **Nên biết người ấy chính là tạng diệu ngữ vì tiếng Đà-la-ni trong miệng tuôn ra bất tuyệt. Nên biết người ấy chính là tạng thường trụ vì tam tai, ác kiếp không thể làm hại.**

Nên biết người ấy chính là tạng diệu ngữ vì tiếng Đà-la-ni trong miệng tuôn ra bất tuyệt. Diệu ngữ nghĩa là lời nói, ngôn từ kỳ diệu. Người hành trì Chú Đại Bi lâu ngày sẽ có khả năng nói ra pháp âm mầu nhiệm và có thể chuyển hóa được nhiều chúng sanh.

Nên biết người ấy chính là tạng thường trụ vì tam tai, ác kiếp không thể làm hại. Tam tai là 3 tai nạn, gồm phong tai, hỏa tai, thủy tai. Tam tai này do ái dục sinh ra nước, do sân hận sinh ra lửa, vọng tưởng điên đảo tạo ra gió. Như vậy, cả ba loại tai nạn này đều do tâm thức không tu tập của chúng sanh mà sinh ra.

Cộng nghiệp của tất cả chúng sanh chiêu cảm ra quả địa cầu này. Nếu nghiệp ấy thay đổi thì quả địa cầu này thay đổi. Tâm thức con người ngày càng xấu ác thì dần dần sẽ sinh ra những tai họa. Do vậy, xét cho cùng thì tam tai xuất hiện là do cộng nghiệp của chúng sanh. Vì do nghiệp chiêu cảm nên cũng bị giới hạn bởi nghiệp. Do đó mà đối với những chúng sanh ở cảnh giới có nghiệp lực khác biệt, tốt đẹp hơn thì tam tai không tác động đến được. Chẳng hạn, phong tai chỉ lên tới tầng trời Đâu Suất, ở ngoại viện. Khi tới nội viện thì gió này không thổi được nữa. Bởi trong nội viện Đâu Suất có Bồ tát Di Lặc ở và các vị ở trong đó đều là những vị chứng A La Hán. Họ không còn những tạp nhiễm nên không có sự chiêu cảm tam tai. Người trì tụng chú Đại Bi là chuyển hóa được nghiệp lực, nhờ đó mà tam tai ác kiếp cũng không gây hại được cho người ấy.

Kinh văn

Nên biết người ấy chính là tạng giải thoát vì thiên ma ngoại đạo không thể bức hại. Nên biết người ấy chính là tạng dược vương vì thường dùng đà-la-ni trị bịnh chúng sanh. Nên biết người ấy chính là tạng thần thông vì được tự tại dạo chơi nơi mười phương cõi Phật. Công đức người ấy khen ngợi không thể cùng!

Nên biết người ấy chính là tạng giải thoát vì thiên ma ngoại đạo không thể bức hại. Người hành trì Chú Đại Bi, thiên ma ngoại đạo không thể bức hại. Cho nên nói, người ấy chính là tạng giải thoát.

Nên biết người ấy chính là tạng dược vương, vì thường dùng Đà-la-ni trị bệnh chúng sanh. Tạng dược vương dùng chỉ việc làm nghề thuốc. Làm nghề thuốc, nếu trì Chú Đại Bi cũng đem lại những diệu dụng. Nếu hành trì Chú Đại Bi thì mình như là Tạng Dược Vương. Và chữa bệnh gì cũng khỏi.

Nên biết người ấy chính là tạng thần thông vì được tự tại dạo chơi nơi mười phương cõi Phật. Cần phải có một trình độ thiền định sâu sắc mới làm được chuyện này.

Bồ tát Quán Thế Âm khen ngợi người hành trì Chú Đại Bi: *Công đức người ấy khen ngợi không thể cùng!*

Kinh văn

> **Đức Phật bảo Phạm vương: "Này thiện nam tử! Nếu kẻ nào chán sự khổ ở thế gian, muốn cầu thuốc trường sanh, thì nên an trụ nơi chỗ vắng lặng sạch sẽ, kiết giới thanh tịnh và thật hành một trong các phương pháp như sau: Hoặc tụng chú vào trong áo mà mặc, hoặc tụng chú vào nước uống, thức ăn, chất thơm, dược phẩm mà dùng. Nên nhớ mỗi thứ đều tụng 108 biến, tất sẽ được sống lâu. Nếu có thể kiết giới đúng pháp, và y như pháp mà thọ trì, thì mọi việc đều thành tựu."**

Tức là muốn cầu phước sống lâu thì chọn chỗ vắng lặng sạch sẽ. Chỗ vắng lặng sạch sẽ thường là ở trong rừng núi. Đi vào trong rừng núi, ngồi trên hòn đá. Tìm hòn đá nào không có cỏ mọc để lập đàn là rất tốt.

Hoặc tụng chú vào trong áo mà mặc, hoặc tụng chú vào nước uống, thức ăn, chất thơm, dược phẩm mà dùng. Nên nhớ mỗi thứ đều tụng 108 biến. Tức là trước khi ăn, khi mặc áo thì tụng 108 biến vào đồ ăn uống, vào áo mặc. Cuối tuần giặt đồ xong mình tụng một lần, mặc được một tuần. Mình làm thức ăn trước khi bỏ vào tủ lạnh thì đứng tụng một lần, rồi khi cần thì lấy ra ăn, một tháng luôn. Cứ làm như vậy tự nhiên sẽ sống lâu. Khi tụng chú vào trong đồ ăn thức uống, quần áo mặc thì có sự chiêu cảm trong đó. Chính sự chiêu cảm này sẽ hỗ trợ sức khỏe, giúp chúng ta tránh được bệnh tật, nên sẽ sống lâu. Nếu có thể kiết giới đúng pháp và y như pháp mà thọ trì thì mọi việc đều thành tựu.

Kinh văn

Phép kiết giới như thế nào? Hoặc tụng chú vào lưỡi dao sạch, rạch đất xung quanh làm giới hạn. Hoặc tụng chú vào nước sạch, rảy 4 phương làm giới hạn. Hoặc tụng chú vào hột cải trắng, liệng ra bốn phía làm giới hạn. Hay dùng tâm tưởng đến chỗ nào thì chỗ đó là giới hạn. Hoặc tụng chú vào tro sạch, rải xung quanh làm giới hạn. Hoặc tụng chú vào chỉ ngũ sắc, treo vây bốn bên làm giới hạn. Mấy phương pháp trên đây, dùng cách nào cũng được. Nên nhớ mỗi thứ đều phải tụng cho đủ 21 biến. Nếu tụng trì đúng pháp, tự nhiên sẽ được hiệu quả.

Hoặc tụng chú vào lưỡi dao sạch, gạch đất xung quanh làm giới hạn. Phương pháp này là tụng câu chú vào trong lưỡi dao sạch, rồi dùng lưỡi dao đó vạch xuống đất xung quanh thành vòng để làm giới hạn. Bên trong vòng tròn là khu vực mình đã kiết giới.

Hoặc tụng chú vào nước sạch, dùng nước ấy rảy bốn phương xung quanh làm giới hạn. Trước khi các vị đến đây, thực ra, Thầy cũng đã kiết giới và giới hạn trong hội trường này để hằng ngày chúng ta trì chú.

Hoặc là tụng chú vào hột cải trắng rồi liệng ra bốn phía để làm giới hạn. Hạt cải vung tới đâu thì đó là ranh giới. *Hoặc là dùng tâm tưởng đến chỗ nào chỗ đó là giới hạn.* Vị thầy khi tụng chú thì ngồi im, nhưng thực ra trong tâm đang tưởng ra ranh giới từ đâu đến đâu, sao cho bao trùm không gian mà mọi người đang ngồi trong đạo tràng. Đó là dùng tâm kiết giới. Cách này cần phải có năng lực mạnh. Khi thấy chưa ổn thì nên làm phương pháp rạch dao, hoặc dùng nước. Lấy nước sạch tụng chú vào, đi rảy xung quanh. Tất cả các việc Thầy làm, đều y cứ trong Phật pháp, trong kinh điển.

Hoặc là trì chú vào trong tro sạch, rải xung quanh làm giới hạn. Đây là những nghi thức mà quý thầy thường sử dụng trong những tang lễ. Tức là, tụng chú trong tro, rải hai bên đường từ chỗ chùa (nơi quý thầy làm lễ) ra phía sau tháp (nơi chôn) để cho loài quỷ my, võng lượng không được đi vào đường đó. Khi lập đạo tràng có thể lấy tro làm ranh giới cũng được.

Hoặc là tụng chú vào chỉ ngũ sắc treo vây bốn bên làm giới hạn. Ví dụ trong đạo tràng, mình treo bốn góc bằng chỉ ngũ sắc. Treo như vậy để cho mọi người biết đấy là ranh giới của đạo tràng này. Đó chính là sáu phương pháp kiết giới. Trong nguyên tắc truyền giới, thường là truyền kỹ ở đại giới đàn, quý ngài đều phải làm việc này trước, các ngài làm thầm lặng không ai biết được đâu.

Kinh văn

Này thiện nam tử, chúng sanh nào nghe danh tự của môn Đà-la-ni này còn được tiêu diệt tội nặng sinh tử trong vô lượng kiếp huống chi là tụng trì? Nếu người nào được thần chú này mà tụng trì, phải biết kẻ ấy đã từng cúng dường vô lượng chư Phật, gieo nhiều căn lành. Nếu kẻ nào tụng trì đúng pháp nên biết người ấy là bậc có đủ tâm đại bi, không bao lâu nữa sẽ thành Phật. Cho nên, hành giả khi thấy mọi loài, đều nên vì chúng tụng trì chú này, khiến cho chúng được nghe để cùng gây nhân Bồ Đề, thì sẽ được vô lượng, vô biên công đức.

Chỉ nghe thôi đã tiêu trừ được tội chướng huống chi là chính mình trì tụng.

Nếu người nào được thần chú này mà trì tụng phải biết người ấy đã cúng dường vô lượng chư Phật, gieo nhiều căn lành. Các vị dừng việc thế gian đến được đây để học pháp.

Đó là đã gieo căn lành. Nếu không thì chắc chắn mình không tham gia, không trì tụng Chú này.

Nếu có kẻ nào tụng trì đúng pháp, nên biết người ấy là bậc có đủ tâm đại bi, không bao lâu nữa sẽ thành Phật. Trì đúng pháp, cẩn trọng thì con đường thành Phật của mình rất nhanh chóng.

Cho nên hành giả khi thấy mọi loài đều nên vì chúng mà tụng chú này khiến cho chúng được nghe để cùng gây nhân Bồ-đề, thì sẽ được vô lượng, vô biên công đức. Nhìn thấy người này người kia, hoặc thấy người đau khổ... mình phát tâm trì chú để cầu nguyện cho họ, thì bản thân mình được lợi ích mà người nghe đó cũng được gây nhân Bồ-đề.

Kinh văn

Nếu kẻ hành trì khéo giữ gìn trai giới, dụng tâm tinh thành, vì tất cả chúng sanh sám hối nghiệp ác đời trước tự mình cũng sám hối những ác nghiệp đã gây ra từ vô lượng kiếp đến nay, nơi miệng rành rẽ tụng đà-la-ni này tiếng tăm liên tiếp không dứt, thì trong đời hiện tại liền chứng được bốn đạo quả của bậc Sa Môn. Nếu là hạng lợi căn, có phương tiện tuệ quán thì quả vị thập địa còn chứng được không lấy gì làm khó, huống gì là những phước báo nhỏ nhặt ở thế gian. Những việc như thế, nếu có mong cầu, đều được toại nguyện.

Càng đi sâu vào đoạn kinh này thì chúng ta càng thấy diệu dụng của thần Chú Đại Bi rất là mầu nhiệm, bất khả tư nghì.

Kinh văn

Này thiện nam tử! Nếu người nào muốn sai khiến quỷ, thì tìm một chiếc xương sọ của kẻ qua đời, đem về rửa sạch.

Kế đó lập đàn tràng để chiếc xương ấy trước tượng Thiên Nhãn, chí tâm tụng chú, mỗi ngày đều dùng hương hoa, cùng các thứ ăn uống cúng tế vong linh, đúng 7 ngày như thế, quỷ sẽ hiện thân, tùy theo mạng lịnh của người ấy sai bảo.

Như hành nhơn muốn sai khiến Tứ Thiên Vương, thì tụng chú này vào gỗ đàn hương rồi đốt lên, sẽ thấy hiệu quả. Sở dĩ được như thế cũng là do nguyện lực đại từ bi của Quán Thế Âm Bồ Tát sâu nặng, lại cũng do oai thần rộng lớn của đà ra ni này.

Này thiện nam tử, nếu người nào muốn sai khiến quỷ thần thì lấy một chiếc xương sọ của kẻ qua đời. Khi xưa Ấn Độ có chiến tranh, người chết bỏ thây ngoài chiến trường là chuyện bình thường. Có hình thức chôn tập thể, gọi là động táng, hoặc là cũng có chỗ theo phong tục điểu táng, người chết bỏ xác trên sa mạc, các loài chim kên kên, quạ bay đến rỉa thịt, xương vương vãi đầy đường là chuyện bình thường, nên việc lấy xương sọ kẻ qua đời không khó khăn. Bây giờ nghe thấy sợ, nhưng thời đó là vậy.

Kế đó lập đàn tràng để chiếc xương sọ đó ở trước tượng thiên nhãn, chí tâm tụng chú, mỗi ngày đều dùng hương hoa và các thứ ăn uống để cúng tế vong linh đúng bảy ngày như thế quỷ sẽ hiện thân, tùy theo mạng lệnh của người ấy sai bảo. Đó là phương pháp thật huyền bí!

Như hành nhân muốn sai khiến Tứ Thiên Vương trên trời phải làm theo ý muốn của mình, thì tụng chú này vào gỗ chiên đàn, gỗ trầm. Sau đó đốt lên sẽ thấy hiệu quả.

Sở dĩ được như thế là cũng do nguyện lực đại từ bi của Quán Thế Âm Bồ tát sâu nặng, lại cũng do oai thần rộng lớn của Đà-la-ni này.

3. Cầu quốc thái dân an

Tại pháp hội Quán Thế Âm lần thứ nhất, chúng ta đã học được một nửa của Kinh Đại Bi Tâm Đà-la-ni và cũng đã hình dung được thần thái cũng như sự mầu nhiệm của Chú Đại Bi Tâm Đà-la-ni. Thế mới biết, không phải ngẫu nhiên chúng sanh trong cõi Ta Bà hết thế hệ này đến thế hệ khác đều tôn kính Bồ tát Quán Thế Âm và Chú Đại Bi, không có gì xa lạ với Phật tử. Sự chuyển hóa mầu nhiệm của thần chú thật là bất khả tư nghì. Giờ đây, xin đi vào một đề tài tiếp theo, đó là: cầu quốc thái dân an.

Kinh văn

Đức Phật lại gọi ngài A Nan mà bảo: "Này A Nan! Khi trong một nước có tai nạn nổi lên, nếu muốn được an ổn, vị quốc vương ở xứ ấy phải biết dùng chính pháp trị dân, có độ lượng khoan hồng, không làm oan uổng trăm họ. Tha kẻ tù phạm và giữ thân tâm tinh tấn đọc tụng chú này. Hành trì như thế luôn bảy ngày đêm thì trong nước ấy tất cả tai nạn thảy đều tiêu tan, ngũ cốc phong thạnh,[1] dân chúng được an vui."

Trong một nước, một quốc gia nếu như có chiến tranh, giặc cướp, hoặc có điều bất an nổi lên khiến nhân dân đau khổ, thì vị quốc vương đó với đầy đủ lòng nhân từ, phải biết chăm lo cho muôn dân, phải biết lấy chính pháp để trị dân. Thực hiện theo chính pháp là một điều rất khó.

Một vị quốc vương đứng đầu trong một nước sẽ có sức chiêu cảm đến toàn quốc độ đó. Có thể hình dung như trong một gia đình, cha mẹ sẽ chiêu cảm đến không khí

[1] Phong thạnh, cũng đọc là phong thịnh. Phong, nghĩa là đầy, nhiều. Thạnh hay thịnh, nghĩa là nhiều.

sinh hoạt, hạnh phúc, khổ đau trong gia đình đó. Cũng vậy, trong một tỉnh thì vị tỉnh trưởng, trong một quốc gia thì vị quốc trưởng: đức hạnh của họ sẽ chiêu cảm đến dân chúng ở vùng đó. Triều đại Lý, Trần ở Việt Nam đã sử dụng chính pháp, sử dụng Phật pháp để trị dân. Trong Quốc Tử Giám - trường Đại học đầu tiên của Việt Nam đã dạy Nho học, nhưng cũng có dạy Kinh Di Đà Sớ Sao, Kinh Kim Cương. Để đem lại cuộc sống thái bình cho muôn dân, các vị vua đương thời rất anh minh, biết chọn cách sống hài hòa với những nước lân bang nhưng trong lòng vẫn giữ một lập trường riêng. Đó chính là tinh thần *"cư Nho mộ Thích"*. Đặc biệt, trong hai triều đại Lý, Trần, Phật giáo trở thành quốc giáo; vua quan trong triều đều là những Phật tử và có việc gì xảy ra trong nước thì họ sẵn sàng ăn chay nằm đất, cùng lo cái lo của muôn dân.

Quốc sư Phước Tuệ là một vị thầy của nhiều thế hệ cao Tăng. Người Pháp muốn thao túng triều chính nên đã khiến vua Thành Thái bị điên. Triều đình mời những vị cao nhân ở khắp nước về chữa bệnh cho nhà vua, nhưng bệnh không thuyên giảm. Sau đó nhân duyên đưa đẩy, họ về tại Tổ đình Thập Tháp thỉnh quốc sư Phước Tuệ. Ngài lập đàn tràng, cầu nguyện, chữa trị trong vòng 15 ngày thì nhà vua bớt bệnh. Từ đó nhà vua cung thỉnh ngài lên làm Quốc sư và ở luôn trong triều. Ngài tham gia những việc triều chính. Có việc cần thì nhà vua, hoàng hậu và các vị lớn tuổi đều tham vấn quốc sư. Quốc sư là người quan tâm nhiều đến sự giáo hóa nên đã mở ra ngôi trường Đại học Phật giáo đầu tiên ở tại Huế, đào tạo hàng loạt Tăng tài như Sư bà Hải Triều Âm, cư sĩ Tâm Minh Lê Đình Thám, ngài Mật Thể, ngài Trí Quang, ngài Thiện Hoa... Những vị cao Tăng đương thời làm nên cục diện năm 1963 đều là học trò của Quốc sư. Người đương thời mệnh danh ngài là *Phật pháp thiên lý câu* (con ngựa ngàn dặm trong Phật pháp). Kinh điển ngài thuộc lòng.

Trong cuộc đời Quốc sư có nhiều điều kỳ diệu. Trong nhóm học trò gần gũi của Ngài có mười mấy người. Trong đó có một thầy hay nói giỡn, và lúc nào cũng nghĩ đến chuyện ngủ nghỉ. Lúc bấy giờ, hạn hán đã ba năm, vua Bảo Đại thỉnh Quốc sư làm phép cầu mưa. Quốc sư dặn nhà vua là phải làm giống y như vậy, phải lấy chính pháp trị dân. Lập đàn tràng xong thì Quốc sư tập hợp đồ chúng và nói mời vị thầy ăn ngủ nhiều lên trên đàn để cầu mưa. Lúc đó vị này bạch với Quốc sư: *"Con lười nhác không có công phu thì làm sao cầu mưa được."* Quốc sư nói: *"Ai không biết ông nhưng tôi biết ông, ông lên đi."* Vị này đứng trên đàn không biết làm gì cả. Nhà vua, hoàng hậu, chư Tăng, dân chúng bao nhiêu người nóng lòng chờ đợi. Ngài chỉ tay lên trời, nói: *"Thôi mưa xuống đi! Nắng chi nắng hoài vậy."* Ngài vừa nói xong thì bắt đầu sấm chớp kéo tới, mưa đổ xuống.

Cho nên, chúng ta thấy, mệnh lệnh của những vị thánh không câu chấp ở trong cái hình thức lễ nghi nữa, đã vượt khỏi những lễ nghi phàm tình. Và quả nhiên, chỉ có những vị thánh mới biết rõ những vị thánh. Chúng ta chỉ thấy vị thánh nhân như những người lười nhác chỉ biết ăn ngủ thôi. Con người chúng ta thì câu chấp theo những hình thức. Đoạn kinh đã cho chúng ta những bài học rất mầu nhiệm.

"Có độ lượng khoan hồng, không làm oan uổng trăm họ." Quốc gia nào làm oan uổng trăm họ thì quốc gia đó không bao giờ cường thịnh. Chắc chắn sẽ chịu những tai nạn, những hệ lụy.

"Tha cho kẻ tù phạm." Đó là bởi tin vào lòng nhân chuyển hóa. Một khi lòng nhân không chuyển hóa thì kẻ

phạm tội không thể nào thay đổi. Nhưng nếu chúng ta đối xử nhân ái để cảm hóa được họ thì bất cứ người phạm tội nào cũng đều có thể trở lại làm người tốt. Cần *"giữ thân tâm tinh tấn đọc tụng chú này. Hành trì như thế luôn bảy ngày đêm thì trong cõi nước ấy tất cả tai nạn thảy đều tiêu tan, ngũ cốc phong thạnh, dân chúng được an vui"*. Đây được xem là cách hóa giải tai ương nạn ách cho một quốc gia. Nếu vị quốc trưởng thông hiểu pháp này, đặc biệt biết hành trì Chú Đại Bi trong bảy ngày thì đó là đại phúc cho một quốc gia.

Kinh văn

> **Lại trong một xứ, nếu gặp những tai ương dồn dập như: bị nước nghịch đem binh xâm lấn, dân tình rối loạn không yên, quan đại thần mưu phản, bệnh dịch lưu hành, mưa nắng trái thời hoặc nhật nguyệt sai độ v.v... Muốn diệt các thứ tai nạn như thế ấy, vị quốc vương phải lập đàn tràng, tạo tượng Thiên Nhãn Đại Bi để day mặt về phương Tây, sắm các thứ hương, hoa, tràng phan, bảo cái, hoặc trăm thức ăn uống mà cúng dường, rồi dùng thân tâm tinh tấn, đọc tụng chương cú thần diệu. Hành trì như thế đúng 7 ngày thì nước giặc quy hàng, chánh tình yên ổn, lân bang hòa hảo, thương mến lẫn nhau, trong triều từ vương tử cho đến trăm quan đều hết dạ trung thành, nơi cung vi, phi tần, thể nữ khởi lòng hiếu kính đối với vua, các thiên, long, quỷ thần đều ủng hộ trong nước khiến cho mưa gió thuận hòa, hoa quả tốt, nhân dân vui đẹp.**

Tai ương, là như trong một địa phương có giặc giã xâm lấn biên cương. Nhật nguyệt sai độ, nghĩa là mặt trời mặt trăng không tuân theo quy luật bình thường.

Đoạn kinh này nghĩa quá rõ. Tức là vị quốc vương nào muốn cho dân tình yên ổn, tai nạn dừng lại thì làm tượng thiên thủ thiên nhãn.[1] Cho nên phép họa tượng, tạc tượng xuất từ trong tâm của mình, chiêu cảm từ trong tâm của mình. Đây là những điều mà Thầy thấy rất mầu nhiệm.

Về phép làm tượng, khi chúng ta tạc tượng, nếu tâm mình thật trang nghiêm thanh tịnh thì mới thành tựu. Khi chúng ta dâng hương hoa cúng Phật cũng vậy, phải cố giữ tâm mình sạch sẽ, thanh tịnh. Đừng cúng một cách không có chính niệm.

Sắm các thứ hương hoa, tràng phan bảo cái, trăm thức ăn cúng dường, bản thân mình thì tinh tấn đọc tụng thần chú này. Hằng ngày mình tinh tấn ngày đêm hành trì như thế suốt bảy ngày. Kinh văn không quy định đọc bao nhiêu, chỉ ý nói là trong suốt ngày. Trong suốt ngày, phải hiểu là *trú dạ lục thời*, nghĩa là ngày ba thời, đêm ba thời, hay nói cách khác là cả ngày lẫn đêm. Đêm ngày sáu thời cố gắng tinh tấn tu tập và nhất là đọc tụng thần chú này thì có kết quả: chính tình yên ổn, lân bang hòa hảo, thương mến lẫn nhau.

Kinh văn

Lại nếu trong nhà có những tai nạn như ma quái nổi dậy, quyến thuộc đau nặng, tiền của hao mòn, gia đình rối loạn, người ác gieo tiếng thị phi hoặc vu khống để hãm hại, cho đến trong ngoài lớn nhỏ chẳng hòa thuận nhau. Muốn diệt những tai nạn ấy, gia chủ phải lập đàn tràng, hướng về tượng Thiên Nhãn, chí tâm niệm danh hiệu Quán Thế Âm Bồ Tát và tụng đà-la-ni này đủ ngàn biến, thì tất cả việc xấu như trên thảy đều tiêu diệt, gia đình được vĩnh viễn an vui.

---

[1] Người làm tượng cũng có phép tắc. Tuy cùng một khuôn đúc, nhưng các pho tượng đưa ra khỏi khuôn có sự khác nhau: có pho lộ rõ vẻ thánh thiện. Là vì phụ thuộc vào tâm (thanh tịnh hay không) của người thợ tại thời điểm đổ khuôn.

Nếu gặp những trường hợp như: trong nhà bất an, lục đục chuyện này chuyện kia, những chuyện vô duyên vô cớ xảy ra, con cái tự nhiên đổi tính, đủ chuyện bất ổn xảy ra, và dù mình đã cố gắng hết sức nhưng không thay đổi được nhiều... khiến cho gia đình bất an và đau khổ. Trong những trường hợp ấy, chúng ta cứ y theo kinh điển mà làm thì sẽ được an ổn.

Quyến thuộc đau nặng, tiền của hao mòn, gia đình rối loạn, người ác gieo tiếng thị phi. Nếu như người trong dòng họ, gia đình thì ốm đau nặng, tiền của thì hao hụt dần dần, trong gia đình rối loạn. Lại bị người ác gieo tiếng thị phi, đổ tiếng ác cho mình. Lại còn bị vu khống để hãm hại, cho đến trong ngoài lớn nhỏ chẳng hòa thuận lẫn nhau, đó là những biểu hiện gia đình bất an. Kinh văn dạy: Nếu muốn diệt những tai nạn ấy gia chủ phải lập đàn tràng hướng về tượng thiên nhãn. Để tượng thiên nhãn ở hướng Đông mặt quay về hướng Tây và lập đàn tràng. Đàn tràng cũng tùy theo gia cảnh. Có khi chỉ cần nước, hương hoa, ngũ cốc hoặc các loại hương thơm... Khi lập đàn tràng xong thì chí tâm niệm danh hiệu Quán Thế Âm Bồ tát. Muốn giải được nghiệp này thì chí tâm niệm danh hiệu của Bồ tát Quán Thế Âm và tụng thần chú này đủ một ngàn biến. Chí thành trì tụng như vậy thì có thể chuyển đổi nghiệp lực, biến nguy thành an.

Thầy lưu ý, phải là một ngàn biến thanh tịnh chí thành. Nếu miệng đọc nhưng trong lòng nghĩ việc khác thì không mong gì có kết quả. Việc tụng chú nếu loạn tâm thì chỉ có chút hiệu quả là gieo nhân Bồ-đề trong tương lai mà thôi, chứ không thể có tác dụng chuyển nghiệp. Khi trì tụng đủ một ngàn biến không loạn tâm thì tất cả những nghiệp xấu như trên thảy đều tiêu diệt, gia đình vĩnh viễn an vui. Nhân như nào thì quả như thế ấy. Cho nên, nếu chúng ta hết sức chuyên tâm trì tụng thì sẽ có hiệu quả tốt đẹp.

Việc trì tụng Chú Đại Bi luôn có sự chiêu cảm nhanh nhất, mầu nhiệm nhất. Nhưng tụng Chú phải có lòng chí thành. Nếu không có lòng chí thành thì không có kết quả.

4. Tên gọi của thần chú

Kinh văn

Lúc bấy giờ, ngài A Nan bạch Phật rằng:

Bạch đức Thế Tôn! Chú này tên gọi là chi? Con nên thọ trì như thế nào?

Đức Phật bảo: Thần chú này có những tên như sau:

1. Quảng đại viên mãn đà-la-ni.
2. Vô ngại đại bi đà-la-ni.
3. Cứu khổ đà-la-ni.
4. Diên thọ đà-la-ni.
5. Diệt ác thú đà-la-ni.
6. Phá ác nghiệp chướng đà-la-ni.
7. Mãn nguyện đà-la-ni.
8.Tùy tâm tự tại đà-la-ni.
9. Tốc siêu thánh địa đà-la-ni.

Ông nên y như thế mà thọ trì.

Thứ nhất là *Quảng Đại Viên Mãn Đà-la-ni. Quảng đại* là rộng lớn, *viên mãn* là tròn đủ. *Đà-la-ni* là tổng trì. Tổng là "tổng quát, bao gồm" và trì là "thâu nhiếp". Cho nên, tổng trì là bao quát, thâu nhiếp tất cả pháp, do đó mà trong một câu thần chú có đầy đủ tất cả nghĩa lý, tất cả các pháp mầu nhiệm của chư Phật. Vì vậy nên không dịch lời chú, bởi dịch ra rõ nghĩa thì sẽ không còn giá trị tổng trì nữa, sẽ bị giới hạn lại. *"Tổng nhất thiết pháp, trì nhất thiết nghĩa"* gọi là Đà-la-ni.

Tên thứ hai là *Vô Ngại Đại Bi Đà-la-ni.* Vô ngại tức là năng lực cứu độ của thần chú này không có sự chướng ngại, thể hiện rõ tinh thần đại bi của Bồ tát Quán Thế Âm. Người nào đau khổ, gặp những tai ương, nạn ách, hành trì Chú Đại Bi sẽ vượt qua hết tất cả mọi khổ nạn nên có tên gọi thứ ba là Cứu Khổ Đà-la-ni.

Lại còn tên gọi thứ tư là *Diên Thọ Đà-la-ni.* Diên nghĩa "kéo dài", Thọ nghĩa "tuổi thọ". Diên thọ là kéo dài tuổi thọ. Câu chú này giúp cho những người cầu sống lâu được trọn như ý nguyện.

Tên thứ năm gọi là *Diệt ác thú Đà-la-ni*, tức là tụng chú này sẽ diệt trừ được tất cả những ác thú muốn làm hại mình.

Trước đây, khi học Đại học, thỉnh thoảng Thầy có đi điền dã Dân tộc học. Đi vào trong rừng, khảo cứu về dân tộc Ba Na. Muốn khảo sát thì phải tìm hiểu rõ cuộc sống của họ như thế nào. Do đó mà phải hòa nhập, sống chung, cùng ăn uống với họ. Nhất là uống nước trong núi rừng rất dễ bị sốt rét rừng. Cả đoàn đi đều bị sốt rét, chỉ riêng mình Thầy không sao. Vì Thầy tin tưởng tuyệt đối vào sự mầu nhiệm của thần chú Đại Bi. Thầy nhiếp tâm, mỗi khi bưng chén cơm hay tách nước đều trì một biến Chú Đại Bi. Vậy mà suốt một tháng điền dã không có chuyện gì xảy ra.

Tên thứ sáu là *Phá ác nghiệp chướng Đà-la-ni.* Do sự trì tụng thần chú chuyên tâm có thể chuyển hóa được nghiệp chướng, từ xấu ác trở thành hiền thuận nên có tên gọi này.

Tên thứ bảy là *Mãn Nguyện Đà-la-ni*, tên thứ tám là *Tùy tâm tự tại đà-la-ni*, có nghĩa là câu chú này sẽ giúp cho chúng ta được mãn nguyện, tùy tâm tự tại, tùy lòng mình muốn điều gì đều sẽ được như ý. Trong khi trì chú không cầu không nguyện, chỉ cần chuyên tâm trì tụng, tự nhiên công đức sẽ có đủ. Lúc đó, mình cần điều gì sẽ tự nhiên hiện ra như ý mình muốn.

Thầy tin tưởng hoàn toàn vào sự gia bị của Phật. Bản thân thầy có những trải nghiệm: Khi Thầy phát tâm làm Phật sự thì tự nhiên mỗi người giúp vào một chút. Và rồi, có sự xui khiến thế nào đó sẽ xóa bỏ được định kiến của những người hại mình, ghét mình trước đó. Có sự chiêu cảm dần dần như vậy. Đây là điều rất lạ kỳ! Khó tin lắm, khó hiểu lắm.

Tên thứ chín là *Tốc siêu thánh địa Đà-la-ni*. Tốc siêu Thánh Địa tức là nhanh chóng chứng đắc quả vị bậc thánh. Trì Chú này giúp chúng ta mau thành tựu thánh địa, nhanh chóng lên được quả vị của bậc thánh. Đó gọi là tốc siêu thánh địa Đà-la-ni.

Ông nên y như thế mà thọ trì. Đó là lời của Phật dạy.

Kinh văn

Ngài A Nan lại bạch Phật: "Bạch đức Thế Tôn! Vị Bồ tát ma-ha-tát bộ chủ của thần chú này tôn hiệu là chi mà khéo nói môn Đà-la-ni như thế?"

Đức Phật bảo: "Vị Bồ Tát ấy hiệu là Quán Thế Âm Tự Tại, cũng tên là Nhiên Sách, cũng gọi là Thiên Quang Nhãn."

Tại sao Ngài A Nan lại hỏi vậy? Đoạn đầu đã giới thiệu câu chú này của Bồ tát Quán Thế Âm. Giờ lại hỏi vị Bồ tát ma-ha-tát bộ chủ của thần chú này tôn hiệu là chi mà khéo nói môn Đà-la-ni này? Tại sao vậy? Chúng ta học kinh nên để ý điều này.

Chúng ta biết: một câu chú không chỉ riêng một Bồ tát Quán Thế Âm mà còn rất nhiều vị gia trì. Thậm chí, còn có vị tuyên thuyết câu chú cho người khác nữa. Có những vị

Bồ tát nói câu chú kia là của Phật, của Bồ tát. Cần phân biệt: nói ra nhưng không phải là bộ chủ trong câu chú đó. Bộ chủ là sao? Ví dụ như trong một hội chúng như thế này, chúng trưởng được gọi là bộ chủ. Những người khác đều phụ thêm vào.

Đức Phật bảo: Vị Bồ tát ấy hiệu là Quán Thế Âm Tự Tại. Tên Ngài đúng như vậy. Nhưng, do ngài là một vị Bồ tát, nên gọi là Quán Thế Âm Bồ tát, hay còn gọi là Quán Tự Tại Bồ tát. Tên đầy đủ của Ngài, tra trong các bản chữ Hán thấy ghi Quán Thế Âm Tự Tại. Vậy nên phải để nguyên, không dịch được.

Quán Thế Âm Tự Tại có nghĩa là *"quán sát âm thanh của thế gian một cách tự tại"*. Chúng sanh nơi nào đau khổ, cầu cứu khổ, thì Bồ tát ứng hiện đầy đủ để cứu khổ độ sinh. Đó gọi là Quán Thế Âm Tự Tại.

Ngài cũng tên là Nhiên Sách, là Thiên Quang Nhãn. Thiên Quang Nhãn (千光眼) có nghĩa là "có ngàn con mắt sáng".

Kinh văn

Này thiện nam tử! Quán Thế Âm Bồ tát thần thông oai lực không thể nghĩ bàn, trong vô lượng kiếp về trước từng thành Phật hiệu là Chính pháp Minh Như Lai. Vì nguyện lực đại bi, vì muốn làm duyên phát khởi cho tất cả các hàng Bồ Tát, vì muốn an vui thành thục cho chúng sanh, ngài mới giáng tích hiện làm Bồ Tát. Vậy ông và đại chúng, các hàng Bồ Tát Ma Ha Tát, Phạm vương, Đế Thích, Long thần đều nên cung kính, chớ sanh lòng khinh mạn, xem thường. Nếu tất cả hàng trời, người thường xưng niệm, cúng dường Quán Thế Âm Bồ Tát, sẽ được vô lượng phước, diệt vô lượng tội, mạng chung sanh về cõi nước của Phật A Di Đà.

Kinh văn cho biết một thông tin quan trọng: Bồ tát Quán Thế Âm đã thành Phật từ nhiều kiếp xa xôi rồi. Khi thành Phật ngài có hiệu là Chính pháp Minh Như Lai. Vậy nên, đừng nghĩ vị Bồ tát này chỉ là một Bồ tát. Thực ra, Ngài đã là một đức Phật rồi. Ngài đã thành Phật nhưng phân thân cùng khắp trong cõi này để hóa độ chúng sanh. Hóa độ chưa xong thì Ngài vẫn hiện thân Bồ tát.

Vì nguyện lực đại bi, vì muốn làm duyên phát khởi cho tất cả các hàng Bồ tát, vì muốn an vui thành thục cho chúng sanh. Vì nguyện lực đại bi là sao? Ví dụ chúng ta đến đạo tràng cùng nhau học pháp, nếu có ai nói điều nghịch ý, lại thiếu lòng từ bi thì chúng ta bỏ không học nữa. Rồi lại nghĩ: việc trong chùa (tụng kinh, quét chùa, giặt đồ...) là việc của Thầy. Phật tử về chùa làm giúp việc gì đó thì lại nghĩ là làm cho Thầy. Chính vì nghĩ như vậy, nên khi làm sai, Thầy góp ý thì giận. Từ chuyện này, chuyện kia không vừa ý thì bắt đầu nói. Nói như thế là tạo thêm khẩu nghiệp. Đây là những sai lầm từ trong tự tâm của mình, mà nguyên nhân căn bản đều là do thiếu lòng từ bi.

Mỗi người đến đây có một công hạnh riêng: ngồi yên tĩnh tâm thanh tịnh, ngồi yên nghe pháp cũng là công đức lớn rồi. Phải hiểu như vậy mới là cách hiểu của chính pháp. Càng nghịch cảnh chừng nào, càng tinh tấn chừng đó. Thế mới là có lòng đại bi. Khi sự tu tập của bản thân đã được thuần thục rồi, thì khởi tâm đại bi mà chia sẻ kiến giải, chia sẻ thành tựu của mình với mọi người chung quanh để cùng nhau tu tiến. Đó chính là động lực giảng kinh, hoằng pháp.

Một vị sư, một vị thầy giảng kinh cần phải được trân trọng. Không trân trọng người giảng kinh thì không học được chính pháp. Kinh điển có trong tay mà không học, không giảng, đó chính là mạt pháp. Kinh điển nên học tập, nên nghiền ngẫm, nên giảng nói. Không chỉ Thầy giảng, mỗi người trong các vị được học kinh rồi thì cũng có trách nhiệm giảng. Các vị giảng cho bạn bè, cho con cháu của mình. Đó là trách nhiệm hoằng pháp. Y cứ vào lời kinh, vào sự tu tập thực nghiệm của mình mà giảng. Có như vậy thì chính pháp mới được hiện hữu. Đó chính là khai mở Phật trí cho chính mình và người khác.

Một khi Phật trí được khai mở, các vị không phải sinh ở biên địa cõi Cực Lạc. Phật trí không được khai mở, nhưng nếu các vị niệm Phật cầu sinh Tây phương, các vị sẽ được thai sinh trong cung điện biên địa cõi Cực Lạc. Các vị thử nghĩ xem: bây giờ trong ngôi nhà này, trong hội trường này có đầy đủ bảy báu trang nghiêm, có đầy đủ kim cương hột xoàn, đầy đủ hết, muốn ăn có ăn, muốn mặc có mặc, nhưng phải ở luôn mãi mãi nơi này thì các vị có thấy an lạc không? Hẳn là quý vị không thấy hạnh phúc. Vì quý vị muốn được đi ra đi vào tự do. Nếu phải ở luôn đây có khác nào bị giam hãm? Những người sinh về cõi Cực Lạc ở trong biên địa, thai sinh trong lầu vàng điện các cũng giống như vậy, cũng là bị giam hãm trong cung điện. Chỉ khi nào phát tâm cầu Phật trí thì ngay lập tức họ sẽ được hóa sinh trong hoa sen và được gặp Phật, Bồ tát, A la hán.

Tu tập nhưng không nỗ lực học hỏi sẽ không khai mở Phật trí. Muốn khai mở Phật trí thì phải học kinh điển. Phải bám vào kinh và làm theo kinh. Thầy chỉ muốn Phật tử học kinh trước. Tu tập thì phải giữ giới, không giữ giới sẽ tự hại mình. Học kinh để khai mở trí tuệ, sau đó mới bắt đầu học luận. Luận thì mỗi vị Tổ lại có cách tiếp cận khác nhau. Đức Phật không nói sau khi Ngài nhập Niết-bàn Tăng chúng phải nương tựa vào một vị Tỳ-kheo nào, về luật, về đời sống... nên có người cho rằng không có sự truyền thừa cho ngài Ca Diếp. Ngài A Nan nói: Tuy không nói về sự truyền thừa, nhưng đức Phật dạy phải nương tựa vào Giới luật, lấy giới làm thầy; phải nương tựa vào Giáo pháp, bởi vì pháp Phật là chuẩn mực. Giáo pháp bao gồm Kinh, Luật, Luận, phải nương tựa theo đó.

Do vậy, người cư sĩ Phật tử phải giữ theo năm giới. Khi thọ Bát quan trai giới thì giữ theo tám giới. Mình thọ trì Giới luật, học hỏi Chính pháp, tu luyện công phu, chỗ nào chưa hiểu thì tìm thầy học hỏi và vị thầy sẽ dựa vào kinh điển để giải thích cho mình. Khi thấu triệt thì phải tự thân hành trì. Đó là mình đang nương tựa vào pháp. Nên nhớ, tu tập là việc chính của một Phật tử. Tất cả việc khác đều là phụ. Khi tu niệm, học pháp thì phải bỏ hết các việc phụ đi. Bởi mình đến chùa, đến đạo tràng là để tu. Đến chùa mà chỉ biết nấu ăn, không lo học pháp, vậy có khác gì với người bán quán ăn? Lý tưởng của mình là trở thành người bán quán hay sao? Không phải như vậy. Cho nên, cần xác định việc tu tập, học hỏi kinh điển là quan trọng nhất, không thể lơ là.

Vì muốn an vui thành thục cho chúng sanh. Thành thục là sao? Ví như người Phật tử đến chùa mà khi có nghịch cảnh gì đó thì thối tâm đi chùa. Đó không phải là thành thục. Thành là thuần thành; thục là thuần thục. Tâm thành thục thì không bị thay đổi. Chẳng qua khi gặp nghịch duyên thì phải có sự ứng biến cho phù hợp. Thuận duyên thì mình tiến tới, chướng duyên thì nỗ lực vượt qua. Đó mới là thái độ đúng đắn của người Phật tử thuần thành.

Cho nên, không phải bất cứ ai có đi chùa, quy y Tam bảo, thờ Phật, lạy Phật cũng đều được gọi là thuần thành. Phải thực sự có tu tập tiến bộ, củng cố được niềm tin vững chắc vào Tam bảo mới gọi là thuần thành.

Ngài mới giáng tích hiện làm Bồ tát. Vậy ông và đại chúng các Bồ tát ma-ha-tát, Phạm Vương, Đế Thích, Long thần đều nên cung kính, chớ sinh lòng khinh mạn xem thường. Nếu tất cả hàng trời, người thường xưng niệm cúng dường Quán Thế Âm Bồ tát sẽ được vô lượng phước, diệt vô lượng tội. Vì ngày xưa Ngài đã thành Phật hiệu là Chính pháp Minh Vương Như Lai, nên ngày hôm nay chúng ta cúng dường Bồ tát cũng chính là cúng dường Phật. Trong Kinh Pháp Hoa, phẩm Phổ Môn có nói: *Cúng dường Quán Thế Âm Bồ tát dù chỉ một lần, được công đức ngang bằng với việc trọn đời cúng dường 62 ức hằng hà sa Bồ tát. Công đức ấy dù trải qua trăm ngàn muôn ức kiếp cũng không thể cùng tận.* Như vậy đủ thấy thần lực của Bồ tát Quán Thế Âm là bất khả tư nghì.

5. Cầu tiêu trừ bệnh tật

Kinh văn

> **Đức Phật bảo ngài A Nan: "Thần chú của Quán Thế Âm Bồ tát nói ra đây, chân thật không dối. Nếu muốn thỉnh Bồ tát đến, nên tụng chú vào hương chuyết-cụ-la 21 lần rồi đốt lên.**

Hương *chuyết-cụ-la* là tên phiên âm từ chữ *guggula*, cũng đọc là *quật-cụ-la* hay *cầu-cầu-la*, chỉ một loại hương liệu quý có xuất xứ từ nước An Tức (Parthia), một đế quốc thời cổ đại có diện tích địa lý nay là một phần của Thổ Nhĩ Kỳ và Iran. Do được nhập vào Trung Hoa từ nước An Tức nên được gọi là An Tức hương. Loại hương liệu này không liên quan gì đến an tức hương là tên vị thuốc được chế từ một loại nhựa cây. An Tức hương được nhắc đến trong nhiều kinh điển Phật giáo và trong truyền tích. Tương truyền, ngài Phật Đồ Trừng (232-348) khi đến Trung Quốc đã từng dùng loại hương quý này đốt lên trong một nghi lễ cầu mưa được thành công.

Tụng 21 biến chú Đại Bi vào An Tức hương, sau đó đốt hương này lên để cầu Bồ tát chứng minh thì Bồ tát Quán Thế Âm chứng minh hiện thân. Đó là theo tinh thần của Kinh Đại Bi. Kinh điển thì đoạn đầu thường nói về lý tính, đoạn sau đi sâu vào sự tướng. Và ở đây các vị học hỏi bằng sự tướng chứ không bằng lý tính nữa. Sự tướng thì hiện ra rõ ràng, không thể khác được.

Kinh văn

Nếu kẻ nào bị loài ma mèo dựa vào phá khuấy, người thân thuộc nên tìm một bộ xương của con mèo đã chết, đốt tan ra tro, rồi hòa với đất bùn sạch, nắn thành hình mèo. Khi hoàn thành để hình ấy trước tượng Thiên Nhãn, tụng 108 biến chú Đại Bi vào lưỡi dao rồi chặt hình mèo thành 108 đoạn. Nên nhớ cứ mỗi lần tụng xong một biến thì chém xuống một đao, kêu tên loài ma mèo một lần. Làm như thế bịnh nhơn sẽ an lành, ma mèo vĩnh viễn không dám phá hoại.

Ở đây nói *"tìm một bộ xương của con mèo đã chết"*, đúng ra là chỉ cần cái xương sọ thôi, vì nguyên bản Hán văn nói "死猫兒頭骨" (tử miêu nhi đầu cốt). Dùng xương ấy đốt ra tro rồi hòa với đất bùn sạch, nặn thành hình con mèo. *"Khi hoàn thành để hình ấy trước tượng Thiên Nhãn, tụng 108 biến Chú Đại Bi vào lưỡi dao."* Đó là những thể thức cụ thể trong việc trì chú.

Kinh văn

Nếu người nào bị chất độc của loài sâu cổ làm hại, thì thân nhơn mau dùng hương dược kiếp-bố-la hòa đồng phân với chuyết-cụ-la hương vào nước trong, sắc còn một chén. Xong, lại để chén thuốc ấy trước tượng Thiên Nhãn

tụng chú 108 biến rồi cho bịnh nhơn uống, liền thấy an lành (dược kiếp bố la hương tức Long não hương).

Kiếp-bố-la là tên phiên âm từ chữ *Karpura*, tức là long não, một loại dược liệu quen thuộc có mùi rất nồng, được tinh chế từ cây long não (*cinnamomum camphora*). Dùng một phần long não trộn với một phần tương đương hương chuyết-cụ-la, hòa với tỉnh hoa thủy (井華水), tức là nước giếng được múc lên lần đầu tiên vào lúc sáng sớm. Làm theo cách như trên, tụng đủ 108 biến thần chú Đại Bi thì có thể được an lành. Cho nên, Thầy khuyên các vị mỗi buổi sáng nên trì 5 biến Chú Đại Bi, hoặc có thể trì tụng nhiều lần trong ngày, miễn sao đủ 5 biến trong một ngày thì ngày đó được an toàn, không có tà ma ngoại đạo nào có thể gần mình, phá hoại mình được.

Kinh văn

Nếu bị rắn rít cắn dùng vị Càn khương[1] tán thành mạt tụng chú vào 21 biến rồi đắp lên vết thương liền hết. Nếu bị kẻ thù mưu hại, nên dùng đất sạch, hoặc bột, hoặc sáp, nắn thành hình kẻ ấy. Xong, lại để hình nhơn trước tượng Thiên Nhãn, tụng vào lưỡi dao 108 biến Đại Bi, cứ tụng xong mỗi biến lại chém xuống một dao, kêu tên người kia một lần, rồi đem 108 đoạn hình đã chặt đốt tan. Y theo pháp thức như thế, kẻ oan gia thù nghịch sẽ đổi ra trạng thái vui vẻ, thân hậu đối với ta, trọn đời đôi bên quý mến lẫn nhau.

Càn khương mạt (乾薑末) là bột củ gừng khô, chế từ những củ gừng già phơi khô tán nhỏ thành bột. Dùng bột gừng này, tụng chú vào đó 21 biến, sau đó đắp lên vết thương liền hết độc.

---

[1] Bản dịch của HT.Thích Thiện Tâm ghi là Càn cương, có thể là lỗi in ấn, vì chữ 薑 (khương) không thể đọc là cương.

"Nếu bị kẻ thù mưu hại" cũng dùng cách *"ở trước tượng Thiên Nhãn Tụng Chú Đại Bi 108 biến"* thì kết quả là *"kẻ oan gia oán thù kia sẽ đổi ra trạng thái vui vẻ, thân hậu đối với ta, trọn đời đôi bên quý mến lẫn nhau."* Đó là công năng hóa giải oan gia của thần chú Đại Bi.

Kinh văn

Nếu bị đau mắt hoặc là mắt kéo màng đỏ, mắt trắng đục, hoặc quáng manh, hoặc hư tròng, không thấy được ánh sáng, nên dùng trái ha lê lặc, trái am ma lặc, trái bệ hê lặc, mỗi thứ một quả, đem nghiền, vắt lấy nước. Khi vắt nước nên ở chỗ vắng lặng, giữ cho sạch sẽ, miệng luôn niệm Phật, chớ để cho mèo, chó, gà, lợn cùng đàn bà mới sanh thấy. Vắt nước xong đem hòa với bạch mật, hoặc sữa người. Sữa này phải là của phụ nhơn sanh con trai, chứ không được dùng sữa của người sanh con gái. Khi hòa thành xong, đem chén thuốc để trước tượng Thiên Nhãn tụng chú 108 biến. Trì chú vào thuốc rồi, bịnh nhơn phải ở nơi nhà kín, tránh gió trong thời gian 7 ngày và dùng thuốc ấy nhỏ vào mắt. Làm như thế, tròng con mắt hư lại sanh, các chứng kia đều lành. Mắt thấy được tỏ rõ

Trái *ha-lê-lặc*, trái *am-ma-lặc*, trái *bệ-hê-lặc* là những trái đặc biệt chỉ có ở Ấn Độ, không có ở Việt Nam. Điều chính yếu ở đây là khi chế thuốc xong đem chén nước để trước tượng Thiên Nhãn, tụng 108 biến chú Đại Bi. Trì chú vào thuốc là công năng chính, cho nên phải có sự chí thành.

Kinh văn

Nếu bị bệnh rét hoặc bị loài ma rét dựa, nên dùng da cọp hoặc da beo tụng vào đấy 21 biến chú, rồi phủ lên mình

thì bệnh sẽ lành, ma cũng xa lánh. Như được da sư tử thì càng quý.

Có loài ma rét và có cả loài ma nóng nữa. Có trường hợp bị con ma sốt, nên ở trong nhiệt độ dưới không độ thì họ thấy bình thường. Nếu ở trong môi trường như chúng ta thì nó nóng chịu không nổi, là do bị con ma sốt dựa. Khoa học không chữa được, bác sĩ không tìm ra nguyên nhân nào hết. Trường hợp này phải làm thế nào? Dùng da cọp, beo, nếu được da sư tử thì càng quý. Hiện nay, nhiều người giết cọp giết beo và lấy da để làm ghế, thậm chí may thành áo nữa. Mình không làm việc sát hại như vậy. Mình đi kiếm thôi, không có thì kiếm cách khác.

Ngày xưa, ngài Phước Hộ tại chùa Đá Trắng ở Phú Yên. Ngài là một vị đạo sư khả kính. Ngài đã từng dạy ở kinh đô Huế (quốc sư Phước Tuệ thỉnh ngài ra Huế). Khi mất, Ngài để lại cái y. Lúc đó có người bị ma rét dựa, không có cách nào chữa. Nghe tin, Thầy bày cho lấy cái y của Ngài đắp lên người này. Quả nhiên, vừa đắp lên thì bớt liền (y cứ đặt trên bàn thờ đó, cả trăm năm đâu có biết). Không ngờ lại có diệu dụng vậy. Các vị tu hành giới đức trang nghiêm khi chết rồi để lại cái y mà còn giá trị có thể hóa giải được những nghiệp chướng oan gia.

Kinh văn

Nếu bị rắn độc cắn, dùng chất ráy đóng trong lỗ tai của người bị cắn, tụng chú 21 biến, thoa vào vết thương, nọc rắn liền tiêu. Nếu bị bệnh rét dữ nhập tâm, hôn muội sắp chết, dùng một khối mủ cây đào, lớn ước lượng bằng trái đào, đem hòa với một chén nước trong, sắc còn nửa chén, tụng chú vào đấy bảy biến rồi uống, bệnh sẽ lành. Thuốc này chớ cho phụ nữ sắc.

Bệnh rét: do ma rét nhập tâm, hôn muội sắp chết, dùng một khối mủ cây đào, lớn ước lượng bằng trái đào, đem hòa với một chén nước trong rồi sắc lại còn một chén. Sắc trong cái ấm bằng đất (không dùng ấm bằng thiếc, bằng sắt, không có tác dụng). Sau đó tụng bảy biến chú Đại Bi vào trong chén nước đó và uống thì bệnh sẽ lành.

Kinh văn

Nếu bị loài quỷ truyền thi, phục thi làm bệnh, dùng hương chuyết-cụ-la tụng chú 21 biến, đốt xông vào lỗ mũi. Lại lấy 7 khối hương lớn ước lượng bằng lóng tay cái, cũng gia trì chú 21 biến mà uống, bệnh sẽ lành. Nên nhớ: Bệnh nhân phải kiêng rượu, thịt, ngũ vị tân và mắng chửi.

Thầy chưa biết Quỷ truyền thi, chỉ nghe nói. Quỷ phục thi chỉ những người không bình thường, khi chết họ không siêu thoát. Họ dựa theo dương khí của con người để sống. Loài phục thi này chết không đầu thai được, cứ chấp vào cái cuộc sống của mình. Và họ tồn tại trong thế giới đó rất lâu. Phục thi là một loại thần, cũng có thiện thần, ác thần. Gặp những loài này, nếu hành trì Chú Đại Bi thì nó phải sợ, né tránh. Trong kinh ghi: với những người bị quỷ phục thi, những ác thần làm hại, thì lấy An Tức hương tụng 21 biến Chú Đại Bi rồi đốt lên, xông vào trong lỗ mũi. Lại lấy bảy khối hương lớn ước lượng bằng lóng tay cái, tụng vào đó 21 biến đại bi, uống vào sẽ bớt. Người này nên nhớ là phải kiêng cữ ngũ vị tân. Tại sao? Vì ngũ vị tân sẽ tạo chất kích thích. Nên nhớ ngũ vị tân ăn sống thì thì kích dục, ăn chín thì dễ nổi sân. Càng sử dụng nhiều ngũ vị tân càng sinh dục. Ái dục sinh ra nhiều chế ngự không nổi.

Kinh văn

Một phương pháp nữa là dùng vị Ma Na Thi La hòa với Bạch giới tử và muối hột, gia trì chú 21 biến, rồi đem xông đốt dưới giường người bệnh, quỷ liền vội vã trốn chạy, không dám ở.

Nếu như thấy trong nhà bất an, hay là thấy có ma quái phá hoại, thì có thể dùng Ma Na Thi La (Hùng Hoàng) hoà với Bạch giới tử (hạt cải trắng) và muối hột trộn lại, rồi đọc vào đó 21 biến Chú Đại Bi. Xong, đem đốt dưới chân giường. Muối đốt nổ sẽ phát ra tiếng kêu. Loài quỷ nghe tiếng này, ngửi hương này cộng với năng lực gia trì của thần Chú Đại Bi thì sẽ trốn xa.

Kinh văn

Nếu bị tai điếc lùng bùng tụng chú vào dầu mè rồi nhỏ vô tai bệnh sẽ lành. Nếu như bị chứng thiên phong, xụi[1] nửa mình, tai điếc, mũi không biết mùi, dùng dầu mè với Thanh Mộc Hương sắc lên, trì vào 21 biến, rồi xoa nơi mình, bệnh sẽ vĩnh viễn tiêu trừ. Lại một phương pháp nữa là dùng sữa Ngưu Tô thuần chất, tụng vào đó 21 biến chú, xoa vào thì cũng sẽ lành

Chứng thiên phong là bị gió, làm liệt nửa thân mình. Bị tai điếc, mũi không biết mùi. Tai biến thì khác với bị trúng gió. Tai biến là bị vỡ một phần nào đó trong não. Trúng gió là bị bế tắc gân cơ một bên, ở trong não không sao hết.

Kinh văn

Nếu phụ nhơn sanh sản khó, mau dùng dầu mà gia trì chú 21 biến, rồi thoa nơi rún và ngọc môn, liền được dễ sanh.

[1] Xụi: tức là bị liệt, không cử động được.

Nếu phụ nhơn có nghén, thai nhi chết trong bụng, dùng một lượng thuốc a-ba-mộc-lợi-đà, đổ hai chén sắc còn một chén, gia trì chú 21 biến mà uống, thì cái thai liền ra, phụ nhơn không một chút đau đớn. Như thai y không ra, cũng uống thuốc này.

Tức là trong trường hợp thai nhi bị chết trong bụng mẹ thì dùng cỏ ngưu tất, tiếng Phạn dùng là a-ba-mộc-lợi-đà. Lấy một lượng cỏ ngưu tất, đổ hai chén nước vào, sắc còn một chén, bưng chén nước vào để trước tượng Thiên Nhãn và trì tụng 21 biến Chú Đại Bi rồi cho người sản phụ uống. Uống vào, thai tự sẽ ra liền. Nếu như cỏ này có sự gia trì của thần chú thì sẽ tạo ra diệu dụng. Nếu như con ra rồi, thai y (tức là nhau) không ra hết, làm cho người mẹ đau đớn, thì cũng dùng y như vậy, cái thai nhau cũng sẽ ra.

Kinh văn

Nếu bỗng nhiên đau nhói nơi tim chịu không kham, đây gọi là chứng độn thi chú, nên dùng hương Quân Trụ Lỗ, tụng chú vào 21 biến, rồi để trong miệng nhai nuốt không hạn nhiều ít, chừng nào mửa được mới thôi, y như thế bệnh sẽ lành, song nên nhớ phải cữ ngũ tân và rượu thịt.

Quân trụ lỗ tức là huân lục hương, là tên của một vị thuốc bắc. Chứng bệnh trong tim tự đau nhói này rất lạ kỳ. Loại này gọi là chứng độn thi chú. Chúng ta nên trì 21 biến Chú Đại Bi vào hương quân trụ lỗ (huân lục hương), để trong miệng nhai. Hơi khó nuốt, nhưng cố nuốt để cho ói ra. Phải ói ra đủ ba lần thì bệnh sẽ bớt. Vì làm như vậy thì duyên gây oán với nhau mới được giải. Nên nhớ: trong thời gian trì chú và ăn quân trụ lỗ phải cữ ngũ vị tân, nhất là phải cữ rượu thịt.

Gặp những trường hợp như vậy, Bồ tát Quán Thế Âm thị hiện khắp mọi nơi trong mọi ngõ ngách trong cuộc đời này để cứu giúp chúng sanh.

Kinh văn

Nếu bị phỏng lửa thành ghẻ, dùng phân trâu đen tụng chú 21 biến mà thoa, bệnh sẽ lành. Nếu bị sên lải cắn, dùng nửa chén nước tiểu con ngựa kim, như bệnh nặng thì một chén, gia trì chú 21 biến, uống vào loài trùng sẽ quyện ra như sợi dây. Nếu bị bệnh ghẻ đinh dùng lá Lăng Tiêu đâm lấy nước, gia trì chú 21 biến mà thoa, thì ghẻ liền ra cồi mà lành.

Nếu rủi bị con lằn cắn vào mắt, dùng phẩn mới của con lừa, vắt lấy nước, gia trì 21 biến chú, đợi ban đêm trước khi ngủ, nhỏ thuốc ấy vào, bệnh sẽ lành. Nếu bị đau bụng, dùng nước giếng trong nấu với 21 hột muốn lớn, còn nửa chén gia trì chú 21 biến uống vào, liền hết đau.

Con lằn tức là con nhặng, một loài ruồi lớn. Hột muốn là lỗi in sai, vì nguyên bản ghi *"ấn thành diêm"* (印成鹽) tức là muối biển kết tinh thành hạt, cho nên ở đây hiểu đúng là dùng 21 hạt muối biển. Nước giếng trong, đúng ra phải hiểu là nước múc dưới giếng lên lần đầu tiên lúc sáng sớm, nguyên bản chữ Hán gọi là "tỉnh hoa thủy" (井華水). Hòa tan muối vào nước này rồi gia trì 21 biến Chú Đại Bi, sau đó uống vào nửa chén liền hết đau.

Kinh văn

Nếu bị bệnh đau mắt đỏ, mắt lồi thịt, mờ mịt không thấy, dùng lá xa-xa-di đâm lược lấy nước, gia trì chú 21 biến, rồi bỏ đồng tiền có meo xanh vào ngâm một đêm. Xong lại lấy ra, tụng thêm vào đấy 7 biến chú nữa. Dùng thuốc này nhỏ vào mắt, bệnh sẽ lành.

Dùng lá *xa-xa-di* (câu kỷ), giã nhỏ ra và vắt lấy nước, gia trì 21 biến Chú Đại Bi vào nước đó, rồi sau đó bỏ đồng tiền có mốc xanh vào ly nước ngâm qua một đêm. Xong lấy đồng tiền ra, bưng ly nước lên thì tiếp tục gia trì bảy biến Chú Đại Bi nữa. Dùng nước đó nhỏ vào mắt sẽ lành bệnh.

Đây là cách chữa bệnh trong mật chú. Theo tinh thần của Kinh Đại Bi Tâm Đà-la-ni, chúng ta cẩn thận, đừng rơi vào chỗ *"thấy cây mà không thấy rừng"*. Nghĩa là chúng ta đang tìm hiểu từng phần nhỏ trong bản kinh này, nhưng bản kinh này không phải chỉ có riêng phần nhỏ ấy, không phải chỉ dùng cho chữa bệnh. Kinh văn mô tả từng diệu dụng của câu chú, giúp chúng ta thấy được lòng đại bi của Bồ tát như thế nào. Chỉ cần trì một câu chú Đại bi thôi mà tất cả những năng lực diệu dụng được sinh ra đầy đủ, công năng chữa bệnh chỉ là một phần nhỏ trong đó mà thôi.

Kinh văn

Nếu người có tật ban đêm sợ hãi ra vào không yên, lấy chỉ trắng xe thành niệt, gia trì chú 21 biến, kết thành 21 gút buộc nơi cổ, thì tật ấy sẽ dứt. Chẳng những trừ được sự khủng bố mà cũng diệt được tội.

Nếu trong nhà sanh nhiều tai nạn, dùng nhánh cây thạch lựu chặt thành 1.008 đoạn ước độ một tấc, mỗi đoạn 2 đầu đều thoa mật tô lạc. Kế đó, đem lò nhỏ để trước bàn Phật, cứ tụng xong một biến chú, liền đốt một đoạn. Khi thiêu hết 1.008 đoạn, tất cả tai nạn thảy đều tiêu trừ.

Có người cứ mặt trời xuống, cứ tối đến lại thấy sợ, ra vào không yên. Là vì sao? Do tâm người này loạn, bất an. Người tâm loạn thì hay bị giật mình.

Trong Thiền học, nếu muốn chữa chứng này thì phải tập quán sổ tức. Tức là, ngồi điều phục hơi thở cho thật vững chắc, trong thời gian 15 phút tâm không nghĩ chuyện khác, chỉ chú tâm vào hơi thở ra vào. Như vậy mới gọi là thành công. Hoặc là khi tập hít thở, khép mắt nhìn xuống chóp mũi, nhìn xuống miệng, nhìn xuống cằm, tưởng tượng nhìn xuống tâm. Cứ làm như vậy, loạn tâm không sinh; hơn nữa, còn cảm thấy có hơi thở trắng (giống như khói trắng) ra vào. Chúng ta nhận ra một điều: Hơi thở trong buồng phổi của mình với bầu khí quyển này có cùng chung một tính chất. Đó là nguyên khí, là khí trời. Khí trời ở đây và ở khắp vũ trụ có cùng chung một thể tính. Như vậy, khi hít thở tức là đang có sự tương tác với cả vũ trụ. Lúc bấy giờ, tâm tưởng của chúng ta cũng đi sâu vào trong vũ trụ này; vũ trụ với ta hòa nhập làm một.

Ở trong trạng thái điều phục lâu như vậy, khí huyết, nhịp tim đều trong trạng thái bình thường. Như vậy, trí não sẽ được thanh tịnh dần dần và tâm hoảng sợ không sinh ra nữa. Người hay giật mình, hết hồn là do thiếu định lực.

Chúng ta thường nhận thức vấn đề trên mặt vọng thức. Vọng thức thì phải qua tai, mắt, mũi, lưỡi, thân và tư duy trong đầu. Vọng thức sinh sinh diệt diệt, không bao giờ chúng ta tiếp cận được chân tâm. Chỉ có rời khỏi vọng thức điên đảo thì mới tiếp cận được chân tâm.

Suy nghĩ tồn tại luôn trong đầu mình. Vậy dừng lại bằng cách nào? Bằng sự tập trung vào câu chú hoặc danh hiệu Phật A Di Đà, loại bỏ hết mọi suy nghĩ, vọng niệm. Trong tâm niệm luôn hiện hữu hồng danh Phật, lâu ngày những suy nghĩ khác tự nhiên rơi rụng hết. Khi đó, tâm mình trở nên thanh tịnh dần dần, sự thanh thản an tịnh dần sinh ra, phước đức dần sinh ra. Tới một mức nào đó sự thanh tịnh đủ mạnh thì trí tuệ siêu việt tự nó sẽ phát sinh. Cho nên, chư Tổ có dạy rằng: *"Tâm địa nhược không, tuệ nhật tự chiếu."* (Trong tâm mình nếu rỗng không vắng lặng thì mặt trời trí tuệ tự nhiên tỏa sáng.)

Xin minh họa thực tế thế này: muốn nuôi dưỡng sự tồn tại của thân này, chúng ta phải ăn phải uống, phải cung cấp năng lượng. Vậy tại sao chúng ta sử dụng trí não, bắt nó làm việc, suy nghĩ quá sức mà lại không nuôi dưỡng nó? Nếu không nuôi dưỡng nó, thì người này có thể bị điên loạn, bắt đầu rơi vào trạng thái quên quên nhớ nhớ. Đầu bị quên, ấy là đang rơi vào một trạng thái mất sự tập trung, mất sự tỉnh giác.

Muốn tập trung tâm mình thì nên chọn một trong các phương cách: Hoặc quán niệm hơi thở, hoặc niệm Phật, hoặc trì chú, hoặc tụng kinh. Dừng lại hết những dòng suy nghĩ. Dòng suy nghĩ đó là vọng niệm, khi dừng lại được thì phước sinh, trí sinh. Lúc đó, chúng ta sẽ không còn phải đối diện với những nghịch cảnh.

Tâm thức mỗi người đều khác nhau, vì hành nghiệp của mỗi người đều khác nhau, từ vô lượng kiếp tích tụ thành một dạng năng lượng, một dạng suy nghĩ, một dạng tập khí, với những hiểu biết hoàn toàn khác nhau, cho nên cảm nhận khác nhau. Cảm nhận hoàn toàn là cảm tính, cảm tính thì ở trong sinh diệt. Chúng ta nên sống vượt khỏi sự cảm tính này, tức là không còn ý niệm thương và ghét nữa. Đó chính là giải thoát (biết thương biết ghét nhưng xử sự vượt trên thương ghét). Ghét thì xử sự khác, thương thì xử sự khác, là vì vẫn ở trong phàm phu sinh tử.

Giờ đây lấy sợi chỉ trắng (không phải năm màu) hành trì 21 biến chú Đại Bi, xe lại thành niệt, rồi kết thành gút, mỗi khi đọc xong 1 biến thì kết một gút. Kết thành một sợi dây đeo nơi cổ. Làm như vậy, Kinh văn ghi: *"Chẳng những trừ được sự khủng bố*[1] *mà cũng diệt được tội."* Chúng ta

[1] Khủng bố: từ gốc Hán Việt, nghĩa là sợ hãi. Như các chứng hay giật mình, sợ bóng tối, sợ ban đêm.

thấy năng lực của thần chú rất tuyệt vời, vì khi hành trì chú Đại Bi, tự nhiên sẽ có định tâm. Đó là năng lực khởi từ bản thân mình, lại thêm sự gia hộ của long thần hộ pháp, cả hai yếu tố kết hợp lại khiến cho tâm chúng ta bình an.

Nếu trong nhà sinh nhiều tai nạn, dùng nhánh cây thạch lựu chặt thành 1.008 đoạn ước độ một tấc, mỗi đoạn 2 đầu đều thoa mật tô lạc. Kế đó, đem lò nhỏ để trước bàn Phật, cứ tụng xong một biến chú, liền đốt một đoạn. Khi thiêu hết 1.008 đoạn, tất cả tai nạn thảy đều tiêu trừ.

Trong nhà có chuyện này chuyện kia dồn dập, như tật bệnh, tai nạn thì dùng nhánh cây thạch lựu, chặt thành 1.008 đoạn ước độ một tấc.[1] Mỗi đoạn, tại 2 đầu đều thoa mật, tô, lạc.[2] Sau đó, đem lò nhỏ để trước bàn Phật (thờ tượng thiên thủ thiên nhãn), cứ tụng xong một biến chú thì đốt một đoạn, khi đốt hết 1.008 đoạn, tất cả tai nạn đều tiêu trừ.

Làm việc này chúng ta sử dụng niềm tin của mình nhiều hơn. Đơn giản là chỉ trì 21 biến đã có người tâm loạn, không nhiếp lại được. Huống chi ở đây trì đến 1.008 biến thì năng lực người này đã hành trì rất nhiều. Họ trì rất nhanh, trong tâm họ đi rất nhanh. Nếu như người chưa biết trì chú thì chừng 5 phút/một biến, nhưng quen rồi thì chỉ còn khoảng 4 phút, 3 phút.

Nếu hành trì đạt tới 1.008 biến thì định lực rất thâm hậu. Chính định lực thâm hậu này gia trì vào hoàn cảnh nào thì bắt đầu có sự chiêu cảm. Đặc biệt, nếu người này dụng tâm không muốn chứng kiến những tai nạn như thế xảy ra trong gia đình, thì tự khắc những người trong gia

[1] Ở đây chỉ một tấc cổ, bằng 1/10 thước cổ, tức là vào khoảng 3,33 cm.

[2] Tô, lạc và mật tức là váng sữa, cao sữa và mật ong. Dùng những thứ này bôi vào hai đầu của đoạn cây thạch lựu.

đình sẽ không bị tai nạn. Vì phước lực lớn nên họ sẽ không phải đón nhận những sự đau buồn như thế.

Kinh văn

Nếu ở các nơi đấu tranh, luận nghị, muốn được hơn người dùng cành bạch xương bồ gia trì chú 21 biến, đeo nơi cánh tay mặt, tất sẽ được toại nguyện.

Nếu muốn được trí tuệ nên dùng nhánh xa-xa-di, chặt thành 1.008 đoạn, mỗi đoạn 2 đầu thoa sữa ngưu tô thuần chất và sữa ngưu tô hòa với bạch mật, cứ mỗi lần tụng chú lại đốt một đoạn. Nên nhớ trong một ngày đêm chia ra ba thời, mỗi thời tụng chú và đốt 1.008 đoạn. Thực hành đúng 7 ngày, chú sư sẽ được trí tuệ thông ngộ.

Đấu tranh, luận nghị tức là cãi cọ tranh luận. Các luật sư thường phải tranh biện như vậy. Nếu muốn luận nghị được hơn người thì dùng cành bạch xương bồ gia trì chú 21 biến, đeo nơi cánh tay mặt, tất sẽ được toại nguyện. Ai muốn tranh biện nên nhớ sáng trì chú 21 biến đeo vào. Chắc chắn mình được thắng.

Nếu muốn được trí tuệ nên dùng nhánh xa xa di, chặt thành 1.008 đoạn, mỗi đoạn 2 đầu thoa sữa ngưu tô thuần chất và sữa ngưu tô hòa với bạch mật, cứ mỗi lần tụng chú lại đốt một đoạn. Nên nhớ trong một ngày đêm chia ra ba thời, mỗi thời tụng chú và đốt 1.008 đoạn. Thực hành đúng 7 ngày, chú sư sẽ được trí tuệ thông ngộ.

Ai chẳng muốn mình có được trí tuệ? Thế tại sao mình không có trí tuệ? Phải hiểu con người không có trí tuệ là vì không có giới. Những người giữ giới thường sinh trí tuệ. Ví dụ mình không ngoại tình, không trộm cắp, không sát hại, thì khi ai nói đến chuyện đó mình dám mạnh dạn phê phán.

Giữ đủ 5 giới, thì mình không sợ, không lo, không che đậy, không né tránh. Lúc đó, tâm mình chất trực ngay thẳng. Tâm chất trực ngay thẳng tức là định. Định thì tâm trí bình an, tâm trí bình an thì sáng suốt, sáng suốt là có trí tuệ.

Như vậy, từ giới mà sinh định, từ định phát tuệ. Khi các vị phát tâm trì chú thì sẽ trì trong một khuôn khổ. Tức là thân thể sạch sẽ trang nghiêm trước thánh tượng. Chúng ta giữ một trạng thái như vậy. Muốn có khuôn khổ đó thì phải tập. Tập cho thân, tâm mình trang nghiêm, đó là giới. Sau đó hành trì nghiêm mật câu chú này, không nghĩ gì khác, đó là định và từ định sinh ra tuệ. Kinh văn ghi: *"Nếu muốn được trí tuệ nên dùng nhánh xa-xa-di (cây câu kỷ), chặt thành 1.008 đoạn, ở 2 đầu của mỗi đoạn thoa sữa ngưu tô (sữa trâu) thuần chất."*

Thời cổ đại con người đã biết sử dụng hương thơm thánh thiện từ gỗ chiên đàn, nhang hương phục vụ cho mục đích thờ cúng, tôn giáo. Dùng sữa trâu thuần chất kết hợp với nhánh xa-xa-di đốt lên sẽ tỏa ra mùi hương dễ chịu, khiến cho tâm chúng ta rất nhanh tập trung. Trong môi trường tôn kính của đàn tràng, thân chúng ta trang nghiêm, khiến cho định tâm cực mạnh. Từ đó, tâm trí chúng ta lắng dịu, vọng tưởng điên đảo lắng dịu xuống. Nếu như hành trì được 1.008 biến không loạn tâm thì sao? Kinh văn ghi: *"Cứ mỗi lần tụng chú lại đốt một đoạn. Nên nhớ trong một ngày đêm chia ra ba thời, mỗi thời tụng chú và đốt 1.008 đoạn."* Như vậy, một ngày người này phải hành trì 3.024 biến. Thật không đơn giản. Trong một công phu như thế, không sinh trí tuệ mới là lạ.

Chúng ta mất trí là vì loạn tâm nhiều quá, lo lắng nhiều quá. Lo tới mức không lo nổi nữa, dẫn đến trong đầu nhớ trước quên sau. Cho nên, một ngày ba thời hành trì được như vậy, thực hành đúng bảy ngày, thì người trì chú này sẽ có trí tuệ thông ngộ.

Kinh văn

Nếu muốn hàng phục đại lực quỷ thần, dùng củi cây a-rị-sắc-ca, thoa sữa tô lạc và mật vào, đem trước tượng Đại Bi gia trì, chú 49 biến, rồi đốt trong lửa.

Nếu lấy một lượng hồ-lô-giá-na, đem đựng trong bình lưu ly, để trước tượng Đại Bi tụng chú 108 biến, rồi dùng thuốc ấy thoa trên trán và nơi thân, thì tất cả thiên, long, quỷ thần, người cùng loài phi nhơn trông thấy đều hoan hỉ.

Đại lực quỷ thần rất phức tạp không đơn giản. Nếu muốn hàng phục loài này thì nên dùng củi cây *a-rị-sắc-ca*, tức là mộc hoạn tử, cũng gọi là vô hoạn tử, một thứ cây có năng lực trừ tà, hạt của trái cây này có thể xâu làm chuỗi. Lấy cây này thoa váng sữa, bơ sữa và mật vào, đem đến trước tượng Đại Bi gia trì 49 biến rồi đốt trong lửa. Nếu lấy một lượng *hồ-lô-giá-na* (tức vị ngưu hoàng) đem đựng trong bình lưu ly, để trước tượng Đại Bi tụng chú 108 biến, rồi dùng thuốc ấy thoa trên trán và nơi thân thì tất cả hàng trời, rồng, quỷ thần, người cùng loài phi nhân trông thấy đều hoan hỉ.

Như vậy, đối với loài quỷ thần thì, như Kinh văn đã dạy: Nếu muốn hàng phục được quỷ thần thì dùng củi cây a-rị-sắc-ca, thoa sữa tô lạc và mật vào; nếu muốn thiên nhân quỷ thần đều hoan hỷ, trông thấy đều kính mến thì nên dùng một lượng hồ-lô-giá-na đem đựng ở trong bình lưu ly.

Kinh văn

Nếu thân bị xiềng xích, dùng phẩn của con bồ câu trắng, gia trì chú 108 biến, tụng xong đem thoa vào tay chà lên gông xiềng, gông xiềng sẽ tự sút.

Nếu vợ chồng bất hòa, trạng như nước lửa, dùng lông đuôi chim uyên ương, đem đến trước tượng Đại Bi tụng chú 1.008 biến rồi đeo trong mình, tất vợ chồng trọn đời vui hòa, thương yêu nhau.

Trong trường hợp bị xiềng xích thì dùng phẩn (phân) của con bồ câu trắng, gia trì chú 108 biến, tụng xong đem thoa vào tay chà lên gông xiềng, gông xiềng sẽ tự sút ra, tuột ra. Vì nếu một người có đủ lòng tin, thiết tha muốn thoát khỏi gông cùm mà nhất tâm trì chú thì đó là tâm thánh thiện. Một người xấu ác bị xiềng xích thì họ chỉ biết phản ứng bằng tâm sân hận, tâm thù oán. Họ hoàn toàn không có tâm hướng tới chính đạo. Điểm khác nhau là ở chỗ đó.

Một người có chính đạo, có giới luật, lúc đó họ nghĩ tới chính pháp. Chúng ta biết đó là người có thiện căn. Với người có thiện căn thì không thể gây tội ác để phải bị xiềng xích, nên nếu họ bị xiềng xích thì chẳng qua là có sự hiểu nhầm hoặc do nhân duyên từ nhiều đời trước. Muốn hóa giải sự hiểu nhầm hay nhân duyên từ nhiều đời trước đó thì chỉ cần dùng phân của con bồ câu trắng trì 108 biến Chú Đại Bi, sau đó xoa vào tay, rồi chà lên xiềng xích, thì xiềng xích tự tuột ra.

Nếu vợ chồng bất hòa, trạng như nước lửa, dùng lông đuôi chim uyên ương, đem đến trước tượng Đại Bi tụng chú 1.008 biến rồi đeo trong mình, tất vợ chồng trọn đời vui hòa, thương yêu nhau.

Hai người yêu nhau, rồi đi đến hôn nhân. Lúc đầu thương nhau, tâm sự với nhau nhiều lắm. Nhưng rồi đến khi có con, cuộc sống vất vả, quan điểm, cách nhìn nhận mọi vấn đề dần khác nhau. Nếu như họ ở hai ngành nghề khác nhau, một người làm trong lĩnh vực khoa học tự nhiên, một người làm trong lĩnh vực khoa học xã hội chẳng hạn, thì khoảng cách giữa họ ngày càng lớn. Thậm chí có thể dẫn đến ly hôn. Vậy phải làm như thế nào? Ví dụ có đôi vợ chồng đều là giáo sư đại học, đã hơn sáu mươi tuổi. Thầy tới nhà thăm nhà. Trước mặt Thầy hai người thật ngọt ngào, rất lịch sự. Nhưng đùng một cái họ phát đơn ly hôn.

Bề ngoài họ vẫn lịch sự và khách sáo, nhưng thực ra họ không thật sự hạnh phúc. Thầy đến nhà, hỏi thẳng hai vị rằng: *"Thầy cô tại sao phải đi đến quyết định như vậy?"* Họ nói: *"Chúng tôi đã ly thân mười năm và đang cố gắng tìm điểm chung, nhưng tìm hoài không được."* Ông chồng dạy Vật lý học. Thầy hỏi riêng vị này, ông nói: *"Tôi không thấy vợ tôi có gì mới mẻ hết, chỉ tràn đầy sự nhàm chán, mệt mỏi. Và tôi chỉ muốn thoát khỏi sự mệt mỏi và nhàm chán đó thôi."* Thầy hỏi lại: *"Ồ, thì ra chỉ có vậy thôi ư?"* Rồi thầy nói: *"Vậy ngày mai giáo sư nên viết đơn từ chức, xin nghỉ đi, đừng dạy nữa, vì giáo sư không đủ kiến thức để đứng trên bục giảng."* Ông hỏi: *"Tại sao thầy nói tôi không đủ kiến thức? Tôi là một nhà giáo và chưa ai dám coi thường tôi chuyện này. Tại sao thầy nói như vậy?"* Thầy nói: *"Là một giáo sư vật lý học, ông phải biết rõ rằng mỗi một phân tử, mỗi một hạt bụi đều là cả một thế giới mầu nhiệm dù có nghiên cứu cả đời cũng chưa hiểu hết. Huống chi đối với một con người mà giáo sư nói là không có gì mới lạ? Như vậy là không đủ trí tuệ để nhìn. Chưa kể đến việc hệ thống tâm lý của mỗi con người cũng đều mầu nhiệm vô cùng, biến hóa phức tạp vô cùng. Vậy mà giáo sư nói là không có gì mới lạ, như vậy thì đâu còn xứng đáng làm một giáo sư nữa, cho nên nghỉ dạy là đúng rồi."* Ông ngạc nhiên, nói: *"Lần đầu tiên tôi mới nghe được một cách nhận định như vậy."*

Bởi vì sao? Bởi vì giáo sư cứ ôm sự nhàm chán trong tâm. Càng cố gắng hóa giải sự nhàm chán chừng nào thì nó lại càng bám chặt chừng đó. Chừng nào vẫn còn giữ nguyên định kiến đó thì ông không thể nhìn ra được bất cứ điều gì mới lạ cả.

Một người nghiên cứu văn học, một người nghiên cứu vật lý, không chia tay sao được? Cho nên hai người phải tìm một điểm chung với nhau. Thế là Thầy đưa cho một quyển kinh, bảo hai vị làm ơn đọc quyển kinh rồi trao đổi với nhau, xem hai vị trao đổi có điểm nào hợp ý nhau không? Thầy nói, hai vị cứ chịu khó cho Thầy 6 tháng. Sau 6 tháng, nếu không hòa thuận được thì ly hôn. Lúc đó họ hứa danh dự, họ nói chấp nhận phó thác hết cho Thầy, bảo sao làm vậy. Họ sẵn sàng dùng cái trí khoa học của họ để thử thách chuyện này. Thế rồi, từ từ họ bàn bạc với nhau, mỗi tối tụng kinh, một người đánh chuông một người gõ mõ, ngồi tụng với nhau, người này tụng người kia nghe. Dần dần, cái chung phát sinh, mọi việc được hóa giải dần dần. Khi đó mới hiểu ra rằng: việc đi dạy kia chỉ là cái nghề để kiếm sống mà thôi, cuộc sống thực sự không phải ở chỗ đó. Thế mới thấy: Phật pháp giúp cho chúng ta có cuộc sống hạnh phúc, bình an.

Trong trường hợp vợ chồng bất hòa, phức tạp quá, như nước và lửa, những trường hợp như vậy nhiều lắm, bỏ nhau thì tài sản nhiều quá, chia cũng khá phức tạp, lại thêm con cái nữa. Thật không đành. Vậy phải làm sao? Dùng lông đuôi con chim uyên ương,[1] hoặc là chồng hoặc

[1] Loài chim luôn đi theo cặp, con trống là uyên, con mái là ương, dùng để ví với vợ chồng yêu thương nhau.

là vợ đem đến trước tượng Đại Bi tụng chú 1.008 biến rồi đeo trong mình, thì vợ chồng sẽ trọn đời vui hòa, thương yêu nhau.

Kinh văn

Nếu lúa mạ hoặc các thứ cây trái bị sâu bọ cắn, dùng tro sạch, hoặc cát sạch, hoặc nước trong, gia trì 21 biến chú, rảy bốn bên bờ ruộng thì sâu bọ không dám phá hại. Đối với cây ăn trái, dùng nước đã trì chú rảy lên cây thì sâu bọ không dám ăn phá.

Rất là mầu nhiệm! Không cần phải bẫy chuột không cần phải bắt sâu bọ, tự nó bỏ đi.

Trong trường hợp lúa mạ bị sâu ăn như thế, đừng nên đặt bẫy, đừng nên giết hại, hãy dùng Phật pháp. Ngài Ấn Quang Đại sư có nói *"tất cả những con rận, con rít, những con vật gây hại cho mình, nó gần mình cũng là do nghiệp chiêu cảm"*. Chỉ cần gắng nỗ lực tu tập thì tự nó sẽ đi.

Trong đạo tràng nào cũng vậy, nên giữ tâm thanh tịnh thì mới tạo được sự an ổn và vui vẻ của mọi người trong đạo tràng. Đó là gì? Đó là biểu hiện hạnh tùy thuận của Bồ tát Quán Thế Âm. Chúng ta học câu kinh này, Bồ tát Quán Thế Âm ngàn tay ngàn mắt để biểu hiện hạnh tùy thuận cho tất cả chúng sanh. Chúng sanh cầu gì được đó. Đó cũng chính là tâm đại bi của vị đại sĩ này hóa hiện ra.

Người có lòng đại bi thường không trách hờn, người thiếu đại bi thường hay trách hờn. Tìm cách hóa giải ấy là trí tuệ. Đại bi là hoan hỷ tha thứ và lướt qua. Chuyện nó qua thì cho qua đó cũng là biểu hiện của đại bi.

6. Thủ ấn của Bồ tát Quán Thế Âm

6.1. Khái lược về Mật tông

Phần này tập trung giảng giải về bốn mươi hai thủ ấn của Bồ tát Quán Thế Âm và đồng thời giới thiệu sơ lược về Mật tông.

Liên Hoa Sinh là một vị Tổ sư Mật tông cổ nhất ở Tây Tạng. Thầy có nhân duyên được tiếp cận với dòng Liên Hoa Sinh.

Tất cả kinh giáo đều từ đức Thích Ca Mâu Ni dạy, cho nên người yêu thích Thiền không được phỉ báng Mật tông, người xiển dương Mật không được phỉ báng Tịnh độ. Tại sao đức Phật dạy nhiều pháp môn như vậy? Vì căn tính mỗi người mỗi khác, căn tính ai phù hợp với pháp môn nào thì hãy sử dụng pháp môn đó. Điểm tuyệt vời là ở chỗ đó. Tám vạn bốn ngàn pháp môn tu có thể phù hợp cho các căn cơ của chúng sanh từ hiện tại cho tới tương lai.

Thời của đức Phật, pháp môn niệm Phật không được xiển dương nhiều. Nhưng, đức Phật nói *"đến thời mạt pháp, chúng sanh thích hợp với pháp môn niệm Phật"*. Quả đúng như vậy. Thời chính pháp thì người ta nghe Phật pháp và thiền định giác ngộ; đến thời Tượng pháp thì tập trung xây dựng kiên cố; đến đời Mạt pháp, lý luận đảo điên và cuối cùng chỉ thâu nhiếp trong hồng danh A Di Đà Phật.

Học giáo pháp cần phải có sự hành trì thực tiễn. Vì sao? Ví như trên bàn ăn dọn ra rất nhiều món, Thầy hỏi các vị món ăn nào ngon nhất? Nếu chưa thực sự nếm qua, các vị không thể biết được. Nhưng một khi đã thực sự nếm qua các món ăn đó thì mới có thể so sánh và trả lời được. Cũng vậy, việc học giáo pháp chỉ như dọn thức ăn lên bàn, chúng ta cần phải có sự hành trì thực tiễn mới nhận biết được đây đủ, cũng giống như người đã nếm qua món ăn. Chỉ khi ấy mới biết được pháp môn nào thích hợp với bản thân mình.

Kinh văn giới thiệu bốn mươi hai thủ ấn trong Mật tông. Tại đây sẽ trang bị về kiến thức, chưa đi vào hành trì. Một pháp môn cần tiếp cận từng bước một. Do nghiệp chướng sâu dày nên ngay trong đời này chúng ta khó có thể ngộ đạo tức thời. Nhưng dù chưa ngộ đạo cũng phải có sự nhận biết, hiểu rõ. Rõ biết đây là pháp môn gì, phương thức tu tập như thế nào? Thậm chí còn phải biết trong tâm mình đang diễn tiến như thế nào. Chẳng hạn, khi trong lòng khởi sinh sự buồn phiền, chúng ta phải nhận biết rõ sự khởi sinh đó, nhận biết rõ nguyên nhân buồn phiền từ đâu sinh ra, và phải dùng pháp môn nào để đối trị.

Theo cách phân chia của Duy thức học trong *Đại thừa Bách pháp minh môn luận* do ngài Huyền Trang Hán dịch thì tất cả các pháp được phân chia thành 100 pháp, bao gồm Tâm Vương (8 pháp), Tâm Sở Hữu Pháp (51 pháp), Sắc Pháp (11 pháp), Tâm Bất Tương Ưng Hành Pháp (24 pháp), Vô Vi Pháp: (6 pháp). Trong 100 pháp này, có 8 pháp quan trọng nhất nên được gọi là Tâm vương, bao gồm: nhãn thức (cái biết của mắt), nhĩ thức (cái biết của tai), tỷ thức (cái biết của mũi), thiệt thức (cái biết của lưỡi), thân thức (cái biết của thân thể, xúc giác), ý thức (cái biết của ý). Ý thức làm chủ 5 thức trước, có đặc tính là phân biệt. Mạt-na thức, là thức chấp ngã, còn gọi là thức thứ bảy, a-lại-da thức là thức thứ tám, còn gọi là tạng thức, nơi lưu chứa các chủng tử thiện, ác...

Sự hiểu biết về Duy thức giúp chúng ta phân biệt được các loại tâm hành khác nhau, chẳng hạn như trong căn, trần, thức thì đâu là thiện pháp, đâu là ác pháp? Đâu là biến hành, đâu là biệt cảnh? Khi chúng ta biết rõ về hệ thống tâm lý ở trong lòng mình, thì nếu có một điều gì đó khởi sinh, ta mới biết rõ đâu là thiện, đâu là ác.

Nói đến Kinh Đại Bi Tâm Đà-la-ni, đà-la-ni nghĩa là *tổng nhất thiết pháp, trì nhất thiết nghĩa*, nên gọi là tổng trì. Chữ Án là chữ quan trọng nhất trong tất cả Đà-la-ni. Muốn học Mật tông thì ít nhất phải nhớ được một chữ Án. Khi niệm chữ này phải quán tưởng trong đầu mình như có lửa, có vòng tròn từng cạnh, từng cạnh. Vẽ chữ Án ra, nhìn lâu sẽ ghi nhớ luôn trong đầu mình, nhìn mãi một thời gian dài tự nhiên nó sinh ra lửa, giống như có màu lửa rực lên ở từng nét chữ. Đó là trạng thái tu tập ban đầu, căn bản nhất và sơ đẳng nhất của Mật tông. Mật tông là một tông phái tu hành có cơ sở như vậy.

Trong giáo lý, chữ Án (唵) cũng đọc là Úm, cũng đọc là Om, Phạn ngữ viết là ॐ, có nhiều ý nghĩa. Mọi câu thần chú đều nằm trong chữ Án, từ chữ Án mà sinh ra, nên gọi Án là chú mẫu, hay là bổn mẫu, là chữ gốc của tất cả mọi ngôn ngữ. Do từ năng lực của chữ này mà xuất sinh mười pháp môn sau đây:

- Đầu tiên là Tự, nghĩa là từ đó, là đầu nguồn phát sinh ra mọi chủng tự khác.
- Thứ hai là Cú, nghĩa là câu, là một câu trong kinh văn hoặc thần chú.
- Thứ ba là Quán, nghĩa là quán chiếu, quán sát. Tất cả các pháp môn muốn thành tựu đều phải có sức quán chiếu.
- Thứ tư là Trí, nghĩa là trí tuệ nhận thức như thật tất cả các pháp, là thanh gươm chặt đứt mọi phiền não.
- Thứ năm là Hành, nghĩa là tu tập, hành trì, là thực hành lời Phật dạy, thực hành chân lý.

- Thứ sáu là Nguyện, nghĩa là hạnh nguyện, sự phát nguyện nương theo giáo pháp để tu hành.
- Thứ bảy là Giáo, là y giáo phụng hành, là theo lời giáo huấn của đức Phật mà tu tập.
- Thứ tám là Lý, tức là đạo lý, là sự thể nhập Phật pháp vi diệu, qua đó thông đạt đạo lý tu tập.
- Thứ chín là Nhân, nghĩa là tu nhân tốt đẹp, nhân thù thắng, nhân thanh tịnh sẽ gặt hái được quả tốt đẹp, quả thù thắng, quả thanh tịnh.
- Thứ mười là Quả, nghĩa là sự thành tựu từ việc tu nhân lành. Nếu là nhân tu hành giác ngộ thì quả đạt được là sự thanh tịnh giải thoát.

Từ một chữ Án xuất sinh mười pháp vi diệu như trên. Diệu dụng của nó là như vậy, nên khi trì tụng hoặc quán tưởng đến chữ Án và nghĩ đến công đức thanh tịnh an lạc, thì công đức thanh tịnh an lạc sẽ sinh ra; nghĩ đến chữ Án và cầu nguyện được bình an thì bình an sẽ đến; nghĩ đến chữ Án để nhiếp phục thiên ma ngoại đạo thì thiên ma ngoại đạo bị nhiếp phục. Chúng ta nên y pháp mà thực hành.

6.2. Nội dung của 42 thủ ấn

Kinh văn

Đức Phật lại bảo ngài A Nan: Quán Thế Âm Tự Tại Bồ Tát có ngàn mắt ngàn tay, mỗi tay đều tiêu biểu cho hạnh tùy thuận các sự mong cầu của chúng sanh. Đó cũng là do tâm Đại Bi của vị Đại Sĩ ấy hóa hiện.

Phân tích danh tự Bồ tát Quán Thế Âm, thì Quán là quán sát, Thế là thế gian, Âm là âm thanh. Tại đầu bản kinh này, Bồ tát Quán Thế Âm có nguyện rằng: *"Nếu trong đời vị lai con có thể làm lợi ích an vui cho tất cả chúng sanh với thần chú này thì xin khiến cho thân con liền sinh ra ngàn tay ngàn mắt."* Và quả nhiên ngài lập tức hóa hiện ra thân ngàn tay ngàn mắt.

Đức Thích Ca Mâu Ni chỉ kể ra trong bản kinh này 42 cánh tay của Bồ tát, và chỉ rõ diệu dụng của mỗi cánh tay như thế nào, để khi chúng ta muốn cầu một điều gì đó thì nên hướng đến cánh tay cứu khổ của ngài. Đó là xét về mặt tâm linh tôn giáo. Về phương diện Mật tông thì khi cầu nguyện cần có một điểm tựa. Nếu không có điểm tựa thì mình không biết tập trung vào đâu. Phải có một điểm tựa của tư tưởng, và trên cơ sở chú tâm vào điểm tựa đó chúng ta mới có thể dẹp tan những vọng tưởng khác. Điểm tựa tư tưởng đó, cũng có thể là tập trung vào câu niệm hồng danh A Di Đà Phật.

Khi điều khiển được tư tưởng của mình, mình nói người khác sẽ nghe. Đức Phật thanh tịnh từ thân khẩu ý, đức Phật nói ra một lời trên hai ngàn rưỡi năm rồi, chúng sanh vẫn còn thường tụng thường nghe. Ở đây đức Phật nói đến 42 thủ ấn của Bồ tát Quán Thế Âm và trên mỗi tay ngài cầm một ứng khí (pháp khí).

Kinh văn

> **Nếu chúng sanh nào muốn được giàu lớn, có nhiều thứ châu báu, đồ dùng, nên cầu nơi tay cầm châu như ý.**
>
> **Chân ngôn rằng: Án, phạ nhựt ra, phạ đa ra, hồng phấn tra.**

Thủ ấn 1: Như ý châu thủ. Ở đây chúng ta tưởng tượng đang cầm trên tay là hạt châu của ngài Địa Tạng. Hạt châu tượng trưng cho cái gì? Hạt châu tượng trưng cho Phật tính. Bồ tát Địa Tạng ngồi cầm hạt châu, tượng trưng cho Phật tính sáng ngời trong địa ngục. Nghĩa là trong bất cứ phương diện nào, khả năng giác ngộ cho chúng sanh không bị mất. Trong địa ngục cũng vậy, trong con người cũng vậy và chư Phật cũng vậy, Phật tính này không thêm không bớt, không sinh không diệt, không tăng không giảm. Phật tính này chính là năng lực giác ngộ của tất cả chúng sanh.

Khi tu theo pháp môn này, thì, thường ngồi xếp bằng, trên tay cầm một hạt châu.[1] Cầm hạt châu, tâm hướng về hạt châu và tưởng tượng đó là hạt châu như ý.[2] Khi giác ngộ, Ngài Huệ Năng đã nói: *"Đâu ngờ tự tính vốn thanh tịnh, đâu ngờ tự tính vốn hay sinh ra muôn pháp."* Tự tính, đó là hạt châu. Nó sinh ra mọi diệu dụng của muôn pháp và ngài có thể tuỳ nghi sử dụng. Bồ tát, chư Phật tự tại được bởi các ngài đã nắm được hạt châu rồi, đã sống được với hạt châu rồi. Cho nên, Bồ tát có thể lấy quả địa cầu này ném thật xa mà chúng sanh không hề hay biết; hoặc là Ngài có thể lấy bình bát múc hết nước biển đại dương mà chúng sanh không hề hay biết. Năng lực của các vị là như vậy. Chúng ta thì chấp trước ở trong cảnh, nên tâm của chúng ta khác. Bây giờ chúng ta hướng tới hạt châu. Người tu tập ấn Như ý châu thủ nên nắm một hạt châu trên tay và trì câu chú ngày đêm thì kết quả sẽ được giàu sang phú quý, sẽ có nhiều châu báu, đồ dùng. Câu chú là: *Án, phạ nhựt ra, phạ đa ra, hồng phấn tra.*

Đọc câu kinh vậy và hiểu mình đang có được hạt châu trong tay. Phải hiểu chỗ đó thì khi cầm hạt châu mới có giá trị. Khi cầm hạt châu mà không hiểu Phật tính của mình, thì cầm nó cũng giống như cầm hòn đá. Không có giá trị

[1] Có thể dùng hạt châu nhỏ, nhẹ. Không nên to quá sẽ khó xoay.

[2] Châu như ý: với nghĩa hạt châu này có thể đáp ứng tất cả mọi ý nguyện của chúng sanh.

gì. Khi hiểu rồi, lĩnh hội rồi thì bắt đầu trì. Cầm hạt châu và trì câu chú trên, thì tự nhiên diệu dụng sẽ chiêu cảm. Người cầu làm ăn, may mắn giàu có thường dùng phép này. Đọc tụng câu chú này cho tới khi nhìn thấy có ánh hào quang, thấy trên hạt châu phát ra ánh sáng; hoặc, trên tượng Phật phóng hào quang (hào quang màu vàng) thì mới tốt, vì nó thuộc ma ni bộ tăng ích pháp. Tăng ích pháp tức là pháp thiện ích, nó tăng trưởng dần dần và thuộc ma ni bộ. Đó gọi là Như ý châu hay gọi là thủ nhãn thứ nhất.

Thường giữa lòng bàn tay của Bồ tát có một con mắt, gọi chung là thủ nhãn (tay và mắt); trên tay cầm hạt châu, gọi là châu thủ nhãn (cầm bên tay trái), và lấy ngón tay trỏ (bên tay phải) vẽ chữ Án lên bàn tay trái. Tất cả các phép đều cần phải sái tịnh. Dù rửa tay cách nào, đối với mật chú, vẫn không sạch được; phải dùng pháp ấn để sái tịnh thì mới sạch. Rửa tay chỉ sạch về lý tướng thôi, xét về lý tính thì không được. Cần dùng một ngón tay vẽ chữ Án lên bàn tay kia, và ngược lại. Lúc đó bàn tay bắt đầu sử dụng ấn thì sẽ phù hợp.

Kinh văn

> **Nếu muốn trị các thứ bịnh trên thân, nên cầu nơi tay cầm cành dương liễu.**
>
> **Chân ngôn rằng: Án, tô tất địa, ca rị, phạ rị, đa nẫm đa, mục đa duệ, phạ nhựt ra, phạ nhựt ra, bạn đà, hạ nẵng hạ nẵng, hồng phấn tra.**

Thủ ấn 2: Dương chi thủ. Trong tất cả thủ ấn thì dương chi thủ là thủ ấn biểu hiện rõ nhất của Bồ tát Quán Thế Âm. Dương chi thủ nghĩa là *"(trên) tay (cầm) nhành liễu"*. Nhành liễu trông dáng yếu ớt, nhưng tuyết sương không làm cho nó bị úa vàng (hư hỏng, hư hoại). Nhành liễu biểu trưng cho tính cách nhẫn nhục. Ông bà ta ngày xưa hay lấy hình ảnh của răng và lưỡi để nói về điều này: răng cứng nhưng lại bị gãy trước, lưỡi tuy mềm nhưng có thể tồn tại lâu. Trong ứng xử cũng vậy, ở một chừng mực nào đó, cần có sự mềm dẻo, đừng nói điều gì mang tính đoạn tuyệt. Bình nước tượng trưng cho nước từ bi.

Nhẫn nhục và từ bi là hai yếu tố thể hiện trên nhành dương liễu của Bồ tát Quán Thế Âm. Chỉ có nước từ bi và sự nhẫn nhục mới diệt được tham sân si nổi lên trong lòng chúng ta. Ở đây thuộc Như Lai bộ, tức tiêu tai pháp (tiêu tai tội chướng) và ánh sáng của nó là màu trắng. Khi cầm nhành liễu trên tay phải và hành trì nghiêm mật câu chú này cho tới khi nào thấy hào quang chiếu sáng (ánh sáng màu trắng) thì nhành liễu này đã có diệu dụng, và người này đã thành tựu ấn Dương chi thủ. Bàn tay đưa tới đâu thì tất cả bệnh tật trên thân đều tiêu trừ hết.

Kinh văn

Nếu muốn trị các thứ bịnh trong bụng, nên cầu nơi tay cầm cái bát báu.

Chân ngôn rằng: Án, chỉ rị, chỉ rị, phạ nhựt ra, hồng phấn tra.

Thủ ấn 3: Bảo Bát Thủ. Bảo bát thủ nghĩa là tay ôm bình bát báu. Trong Phật pháp, đức Phật dạy: Bình bát tức là Ứng lượng khí, là vật dụng đựng thức ăn nhưng đồng thời có thể cân đong lượng thức ăn đựng trong đó. Cho nên, tùy theo sức của con người, người lớn ăn nhiều thì dùng bình bát lớn một chút; người nhỏ ăn ít thì dùng bình bát nhỏ.

Bình bát được làm bằng nhiều loại, nhưng về cơ bản, đức Phật cho phép chỉ sử dụng bằng sứ, bằng gỗ, không được sử dụng vàng và bạc. Chúng ta đã biết: bệnh tùng khẩu nhập [bệnh từ miệng mà sinh ra], nên nếu mình không biết sử dụng bình bát này thì bệnh từ đó mà sinh ra. Vậy nên, nếu muốn trị các thứ bệnh trong bụng (các thứ đau đớn trong bụng) thì nên cầu nơi tay cầm cái bát báu (tức chỉ tay của Bồ tát). Tượng Thiên Thủ Thiên Nhãn, số tay và mắt có thể chỉ là sự tượng trưng (không thể đủ ngàn tay, ngàn mắt), nhưng nhất thiết phải có hai tay nâng bình bát (vì nếu thiếu chi tiết này thì coi như đã thiếu đi một trong bốn mươi hai thủ ấn của Bồ tát Quán Thế Âm). Nếu muốn chữa bệnh trong bụng thì cầu nơi tay cầm bình bát của Bồ tát Quán Thế Âm, và đọc câu chú: *Án, chỉ rị, chỉ rị, phạ nhựt ra, hồng phấn tra.*

Khi bị đau bụng nên đi chữa bệnh. Khi nào bác sĩ không chữa nổi, khoa học cũng chịu, thì lúc đó sử dụng mật chú thì có thể cứu vãn được, có thể thành công. Bình bát này có hào quang màu đen, điều phục pháp kim cương bộ, trị tất cả các bệnh ở bụng.

Kinh văn

Nếu muốn trị bịnh mắt mờ không thấy ánh sáng, nên cầu nơi tay cầm châu nhật tinh ma ni.

Chân ngôn rằng: Án, độ tỉ, ca giả độ tỉ, bát ra phạ rị nảnh, tát phạ hạ.

Thủ ấn 4: Nhật Tinh Ma Ni Thủ, tức là thủ ấn cầm hạt châu ma-ni biểu trưng cho mặt trời. Nếu muốn trị bệnh mắt mờ không thấy ánh sáng nên cầm trên tay hạt châu Nhật Tinh ma-ni, đọc câu chú: *Án, độ tỉ, ca giả độ tỉ, bát ra phạ rị nảnh, tát phạ hạ.*

Chữ Án luôn đứng ở đầu trong tất cả các câu chú. Đây gọi là Kim Cương Bộ, điều phục pháp hào quang màu đen, trừ các bệnh về mắt. Cầm trên tay trái một cái hình tròn, quán tưởng đó là mặt trời. Tay cầm, tâm quán tưởng. Quán tưởng như vậy là tự tâm mình đã hòa nhập với tâm của Bồ tát Quán Thế Âm. Sự quán tưởng này rất quan trọng, vì nếu không quán tưởng thì không thành tựu. Thường khi thầy nói chuyện với các đạo tràng luôn phải khởi tâm quán tưởng: Nam mô Bổn Sư Thích Ca Mâu Ni Phật tác đại chứng minh. Nam mô đại bi Quán Thế Âm mật thùy gia hộ. Nguyện cho con đầy đủ đạo lực tâm lực thanh tịnh để truyền bá bốn mươi hai thủ ấn không sai với lời Phật ý Tổ. Khởi tâm như vậy, cầu sự gia bị của Phật, Bồ tát, thì lúc bấy giờ sẽ có sự chiêu cảm.

Kinh văn

Nếu muốn hàng phục tất cả thiên ma thần, nên cầu nơi tay cầm bạt-chiết-la.

Chân ngôn rằng: Án, nễ bệ nễ bệ, nễ bà dã, ma ha thất rị duệ, tát phạ hạ.

Thủ ấn 5: Bạt Chiết La Thủ. Các sư Tây Tạng thường dùng thủ ấn này. *Bạt-chiết-la* (Vajra) tức Kim Cang Xử, cũng là một loại chày Kim Cang, dùng làm binh khí để hàng phục tất cả thiên ma thần. Vậy nên khi cầm Bạt Chiết La thủ trên tay và đọc câu chú này thì tất cả thiên ma quỷ thần đều quy phục. Thường những người tu tập trong rừng núi hay dùng phép này. Cầu trên tay Bồ tát Quán Thế Âm cầm Bạt Chiết La và hành trì câu chú này thì có thể điều phục được tất cả các thiên ma thần.

Kinh văn

Nếu muốn hàng phục tất cả oán tặc, nên cầu nơi tay cầm chày kim cang.

Chân ngôn rằng: Án phạ nhựt ra, chỉ nãnh, chỉ nãnh, bát ra nễ bát đa dã, tá phạ hạ.

Thủ ấn 6: Kim Cương Xử Thủ. Đây gọi là kim cương bộ điều phục pháp, ánh sáng màu đen. Kim cương bộ tức bộ kim cương, bộ này có tính cứng chắc, thường chỉ cho những vị hộ pháp. Điều phục pháp tức là pháp này dùng điều phục tất cả thiên ma quỷ thần và hàng ma trừ oán. Đó là tác dụng của Kim cương Bộ.

Kinh văn

> **Nếu muốn trừ tánh ở tất cả chỗ sợ hãi không yên, nên cầu nơi tay thí vô úy.**
>
> **Chân ngôn rằng: Án, phạ nhựt ra, nẵng dã, hồng phấn tra.**

Thủ ấn 7: Thí Vô Úy Thủ. Thủ ấn này trên tay không có biểu tượng gì cả, chỉ có một con mắt nhìn lên tượng Bồ tát Quán Thế Âm, chúng ta biết đó là thí vô úy. Vô úy là không sợ hãi, thí là cho. Thí vô úy là ban cho sự không sợ hãi. Chúng sanh nào đau khổ, lo sợ thì Thí Vô Úy thủ sẽ giúp cho họ có nghị lực và không còn sợ hãi nữa. Cho nên, kinh văn ghi: Nếu muốn trừ tính ở tất cả chỗ sợ hãi không yên nên cầu nơi tay thí vô úy. Tức là chỗ nào cũng vậy, hở chút là sợ; tối cũng sợ, ở một mình cũng sợ và đi đâu cũng lo lắng sợ hãi bất an. Với trường hợp như vậy, có thể sử dụng một câu chú: Án, phạ nhựt ra, nẵng dã, hồng phấn tra.

Đọc câu chú này và cầu nơi tay Vô Úy của Bồ tát Quán Thế Âm thì sẽ được thành tựu. Khi đọc câu chú này, Bồ tát Quán Thế Âm sẽ gia hộ cho chúng ta, khiến chúng ta không còn lo sợ chuyện này chuyện kia, sợ hãi điều này kia.

Kinh văn

> **Nếu bị các việc khuấy rối, muốn được an ổn, nên cầu nơi tay cầm dây quyến sách.**
>
> **Chân ngôn rằng: Án chỉ rị, lã ra, mô nại ra, hồng phấn tra.**

Thủ ấn 8: Quyến Sách Thủ. Quyến sách là giống như dạng một sợi dây dài, quấn lại thành hai vòng. Thường khi trao truyền mật ấn thì hay trao thủ nhãn. Ở trong đạo tràng, chỉ một hai người thật sự có căn cơ với Mật tông (họ có thể nghe, hiểu và hành trì) thì mới được trao truyền mật ấn. Vị thầy sẽ hướng dẫn họ một thời gian, và khi thấy được thì bắt đầu làm lễ quán đảnh. Trong lễ quán đảnh, vị thầy bắt đầu ấn chứng rằng pháp này, pháp này sẽ sử dụng như vậy, như vậy... Người học trò nghe qua và thông suốt liền. Lúc đó vị thầy mới trao cho thủ ấn. Vô úy thủ không có khí cụ. Với những thủ ấn có khí cụ thì trao cho cả khí cụ. Người học trò sẽ sử dụng để tự mình tu tập thêm một thời gian nữa và sau đó sẽ áp dụng để hoằng pháp lợi sinh.

Kinh văn

> **Nếu bị bịnh nhiệt độc, muốn được mát mẻ hết bịnh, nên cầu nơi tay cầm châu nguyệt tinh ma ni.**
>
> **Chân ngôn rằng: Án, tô tất địa, yết rị, tát phạ hạ.**

Thủ ấn 9: Nguyệt Tinh Ma Ni Thủ. Tức là trên tay cầm hạt châu ma-ni biểu trưng cho mặt trăng.

Bệnh nhiệt độc là chứng bệnh bị trúng một loại nhiệt độc, hoặc phong độc, khiến cho thân nhiệt nóng sốt không dứt được. Biểu hiện của bệnh nhiệt độc là càng lạnh thì càng dễ chịu, nóng lên một chút là chịu không nổi.

Kinh văn

> **Nếu muốn được làm quan, lên chức, nên cầu nơi tay cầm cung báu.**
>
> **Chân ngôn rằng: Án, a tả vĩ, lệ, tát phạ hạ.**

Thủ ấn 10: Bảo Cung Thủ. Bảo Cung Thủ nghĩa *"nắm cây cung báu"*. Ở đây thuộc Ma Ni Bộ Tăng Ích Pháp, và ánh sáng màu vàng. Cầu trên tay của Bồ tát cầm cây cung. Thủ ấn này để cầu cho được thăng quan tiến chức. Sử dụng thủ ấn này trong một tinh thần thánh thiện thì rất mầu nhiệm, nhưng nếu sử dụng vì mục đích cá nhân hoặc theo một ý đồ đen tối của mình thì chắc chắn không có tác dụng, trái lại còn phản tác dụng nữa.

Kinh văn

Nếu muốn được mau gặp các bạn lành, nên cầu nơi tay cầm tên báu.

Chân ngôn rằng: Án ca mạ lã, tát phạ hạ.

Thủ ấn 11: Bảo Tiễn Thủ. Bảo tiễn thủ nghĩa *"tay cầm mũi tên báu"*. Người nào muốn cầu sớm được bạn lành, sớm gặp thiện tri thức thì nên cầu nơi tay cầm tên báu (Bảo tiễn thủ) của Bồ tát. Phật tử chúng ta nên phát tâm cầu thiện tri thức. Chơi với bạn giống như đi trong đêm sương, tuy không ướt áo nhưng chớm lạnh hồi nào chẳng hay; gần bạn xấu lâu ngày, nếu không đen thì cũng mù mờ. "Gần mực thì đen gần đèn thì sáng." Việc cầu thiện tri thức rất quan trọng với một Phật tử. Trong tâm khởi niệm cầu thiện tri thức, thì tâm hướng lên đó sẽ chiêu cảm về mình. Tâm mình khởi lên ý niệm thế nào thì hoàn cảnh như thế ấy sẽ được chiêu cảm đến.

Kinh văn

Nếu muốn hàng phục tất cả quỷ thần, võng lượng, nên cầu nơi tay cầm gươm báu.

Chân ngôn rằng: Án, đế thế, đế nhá, đổ vĩ nảnh, đổ đề bà đà dã, hồng phấn tra.

Thủ ấn 12: Bảo Kiếm Thủ. Tức là thủ ấn tay cầm gươm báu. Gươm báu này tượng trưng cho kim cương bộ, điều phục pháp, hào quang màu đen. Nếu cầm gươm báu trên tay, điều phục được quỷ thần, võng lượng.[1]

Kinh văn

> **Nếu muốn trừ những chướng nạn ác bên thân, nên cầu nơi tay cầm cây phất trắng.**
>
> **Chân ngôn rằng: Án, bát na di nảnh, bà nga phạ đế, mô hạ dã nhá, nga mô hạ nảnh, tát phạ hạ.**

Thủ ấn 13. Bạch Phất Thủ, tức là thủ ấn tay cầm cây phất trần màu trắng. Trong cuộc sống có nhiều chướng nạn. Nếu muốn trừ những chướng nạn gây phiền toái nhiễu loạn cho mình thì nên cầu nơi tay cầm cây phất trần trắng và trì câu chú *Án, bát na di nảnh, bà nga phạ đế, mô hạ dã nhá, nga mô hạ nảnh, tát phạ hạ.*

Kinh văn

> **Nếu muốn tất cả người trong quyến thuộc được hòa thuận nhau, nên cầu nơi tay cầm cái hồ bình.**
>
> **Chân ngôn rằng: Án, yết lệ thảm mãn diệm, tát phạ hạ.**

Thủ ấn 14: Hồ Bình Thủ, tức là thủ ấn tay cầm bình đựng nước, loại có quai cầm và có vòi, cũng gọi là hồ bình hay điều đầu bình. Quyến thuộc không hòa thuận, người trong gia đình, dòng họ chia rẽ thì nên cầu nơi tay cầm hồ bình của Bồ tát Quán Thế Âm. Hồ bình này như là bình nước cam lồ, nó giúp cho người trong gia tộc được hài hòa, được nhu thuận với nhau. Trì tụng câu chú này thì tự nhiên tâm mình lắng dịu xuống. Tâm lắng dịu xuống thì

---

[1] Theo Phật Quang Đại từ điển, mục từ "魑魅魍魎 - si mị võng lượng" giải thích rằng đây đều là tên gọi của quỷ thần, yêu quái. Võng lượng là loài yêu quái ở trong gỗ đá.

sự gia bị của Bồ tát sẽ dần xuất hiện, khiến cho gia tộc hòa thuận. Sự diệu dụng của Hồ Bình Thủ là như vậy.

Kinh văn

> **Nếu muốn xua đuổi loài hổ báo, sài lang và tất cả ác thú, nên cầu nơi tay cầm cái bàng bài.**
>
> **Chân ngôn rằng: Án, dược các sam nẵng, na dã chiến nại ra, đạt nậu bá rị dã, bạt xá bạt xá, tát phạ hạ.**

Thủ ấn 15: Bàng Bài Thủ, tức là thủ ấn tay cầm bàng bài. Bàng bài là tấm khiên, tấm mộc, còn gọi là cái thuẫn, dùng để che chắn các loại binh khí giáo mác khi ra trận. Vì vậy, khí cụ này được dùng để biểu trưng cho việc hóa giải, tiêu trừ những sự nguy nan, hiểm nạn.

Kinh văn

> **Nếu muốn trong tất cả thời, tất cả chỗ, lìa nạn quan quân vời bắt, nên cầu nơi tay cầm cây phủ việt.**
>
> **Chân ngôn rằng: Án, vị ra dã, vị ra dã, tát phạ hạ.**

Thủ ấn 16. Phủ Việt Thủ, tức là thủ ấn trên tay cầm cây búa, một loại binh khí thời xưa, có lưỡi sắc bén và cán dài. Nghĩa là cầu nơi thủ ấn này thì trong mọi lúc mọi nơi không bị quan quân tìm bắt.

Kinh văn

> **Nếu muốn có tôi trai tớ gái để sai khiến, nên cầu nơi tay cầm chiếc vòng ngọc.**
>
> **Chân ngôn rằng: Án, bát na hàm, vị ra dã, tát phạ hạ.**

Thủ ấn 17. Ngọc Hoàn Thủ, tức là thủ ấn tay cầm chiếc vòng ngọc. Thủ ấn này dạy cách cầu cho trong nhà có người giúp việc để sai khiến. Ai muốn có người giúp việc trung thành thì cố gắng hành trì câu chú này và cầu nguyện nơi thủ ấn tay cầm vòng ngọc của Bồ tát Quán Thế Âm, cầu Bồ tát gia hộ cho mình thì sẽ được.

Kinh văn

Nếu muốn được các thứ công đức, nên cầu nơi tay cầm hoa sen trắng.

Chân ngôn rằng: Án, phạ nhựt ra, vị ra dã, tát phạ hạ.

Thủ ấn 18: Bạch Liên Hoa Thủ, tức là thủ ấn tay cầm hoa sen trắng. Công đức với phước đức là khác nhau. Phước đức có được là nhờ làm những việc phước thiện, những việc tốt đẹp lợi mình lợi người. Người gieo nhân phước đức thì được hưởng quả tốt đẹp tương ứng với những việc phước thiện mà họ đã làm, hay nói cách khác, nhân và quả đó đều xoay vòng trong cuộc sống vật chất của luân hồi. Cho dù là phước đức lớn lao được sinh về các cõi trời hưởng vô số lạc thú thì cũng không ra ngoài tính chất này.

Ngược lại, công đức có được từ quá trình tu tập theo Chánh pháp, giúp chúng ta ngày càng đến gần hơn với các quả vị giải thoát. Các vị ngồi im tu tập cũng sinh ra công đức, công đức sinh ra từ trong tâm mình và biểu hiện ra hành vi. Chẳng hạn, người có tu tập thì khi gặp nghịch cảnh xảy ra họ thấy bình thường, họ thể hiện một thái độ bao dung, xử lý một cách rất nhẹ nhàng, đúng mực, không phiền trách, không tức tối. Nói cách khác, từ nơi công phu tu tập đúng hướng mới sinh ra công đức.

Cho nên, công đức được biểu hiện qua hành vi, nhân cách của con người, nó sinh ra từ sự tu tập rèn luyện. Chúng ta có thể phân biệt các trường hợp như sau:

1. Người bị mắng chửi thì nổi nóng chửi lại, người khác mắng chửi một phần thì mình chửi lại mười phần. Người như vậy hoàn toàn không có chút công đức nào.
2. Người có chút năng lực tu tập nhiều hơn thì tự suy nghĩ phản tỉnh, thấy rằng nóng giận như vậy không cần thiết, nên tuy đã có phản ứng nóng giận rồi mà tự biết kiềm chế không để kéo dài. Người có khả năng phản tỉnh như vậy là đã có được một phần công đức.
3. Người có công phu tu tập nhiều hơn nữa thì sẽ đạt được sự nhẫn nhục, khi thấy người khác nóng giận vô lý thì không cần phản ứng nếu thấy không có lợi cho sự tu tập, chỉ trừ phi xét thấy đủ nhân duyên để cảm hóa, thay đổi người đó. Như vậy là chỉ phản ứng vì lòng từ bi chứ không vì nóng giận. Người này có công phu tu tập cao hơn, công đức nhiều hơn.
4. Người thấy việc sai trái, thấy người khác nóng giận lên, đều nhận ra "tất cả chỉ là cảnh trần hư huyễn, giả tạm", tức là cảnh đó chợt hiện chợt mất, không tồn tại lâu dài, do đó mà không hề động tâm. Để được như vậy, người này phải có công phu tu tập quán chiếu, thấu suốt được thật tướng của vạn pháp. Đó gọi là công phu đã thuần thục. Người tu tập được như vậy là đã có được công đức vô lượng, kẻ phàm phu không thể hình dung được.

Như vậy, xét theo các trường hợp như trên chúng ta có thể biết được mình đang ở cấp độ nào, công phu tu tập đến mức nào, từ đó tìm ra phương thức tu tập phù hợp để tự hoàn thiện mình.

Nói tóm lại, chỉ có công đức phát sinh từ sự tu tập mới đưa đến sự giải thoát viên mãn. Nếu tu tập theo pháp môn trì chú này thì cầu nơi tay cầm hoa sen trắng của Bồ tát

Quán Thế Âm, trì tụng câu chú: "*Án, phạ nhựt ra, vị ra dã, tát phạ hạ*" sẽ được phát sinh công đức.

Kinh văn

> **Nếu muốn được vãng sinh về mười phương tịnh độ, nên cầu nơi tay cầm hoa sen xanh.**
>
> **Chân ngôn rằng: Án, chỉ rị, chỉ rị, phạ nhựt ra, bộ ra bạn đà, hồng phấn tra.**

Thủ ấn 19: Thanh Liên Hoa Thủ, tức là thủ ấn tay cầm hoa sen xanh. Kinh Phật thường nói mười phương, đó là bao gồm Phương đông, tây, nam, bắc, phương trên, phương dưới và bốn phương phụ (tứ duy) là đông nam, tây nam, đông bắc, tây bắc. Trong mười phương đó, phương nào cũng có các cõi Tịnh Độ của chư Phật. Nếu muốn được vãng sinh về mười phương tịnh độ, nên cầu nơi tay cầm hoa sen xanh của Bồ tát Quán Thế Âm và trì tụng câu chú: *Án, chỉ rị, chỉ rị, phạ nhựt ra, bộ ra bạn đà, hồng phấn tra.*

Kinh văn

> **Nếu muốn được trí huệ lớn, nên cầu nơi tay cầm cái gương báu.**
>
> **Chân ngôn rằng: Án, vĩ tát phổ ra, na ra các xoa, phạ nhựt ra, mạn trà lã, hồng phấn tra.**

Thủ ấn 20. Bảo Kính Thủ, tức là thủ ấn tay cầm cái gương báu. Trên tay Bồ tát cầm gương báu. Gương báu này là gương soi, có thể phản chiếu hiện rõ hết thảy mọi cảnh tượng trong đó, tượng trưng cho trí tuệ có thể soi chiếu rõ ràng tất cả. Vì thế, "*nếu muốn được trí tuệ lớn, nên cầu nơi tay cầm cái gương báu*" và trì tụng câu chú: *Án, vĩ tát phổ ra, na ra các xoa, phạ nhựt ra, mạn trà lã, hồng phấn tra.*

Hãy nhớ là đối với tất cả mọi câu chú, khi hành trì chữ Án cần phải cách ra một chút rồi mới tới những chữ sau.

Kinh văn

> **Nếu muốn được diện kiến mười phương tất cả chư Phật, nên cầu nơi tay cầm hoa sen tím.**
>
> **Chân ngôn rằng: Án, tát ra, tát ra, phạ nhựt ra, hồng phấn tra.**

Thủ ấn 21. Tử Liên Hoa Thủ, tức là thủ ấn tay cầm hoa sen tím. Muốn cầu được diện kiến mười phương chư Phật, nên cầu nơi tay cầm hoa sen tím của Bồ tát Quán Thế Âm và đọc chân ngôn *Án, vĩ tát phổ ra, na ra các xoa, phạ nhựt ra, mạn trà lã, hồng phấn tra*. Tu tập trì tụng như vậy, thần lực của Bồ tát sẽ giúp chúng ta.

Kinh văn

> **Nếu muốn lấy được kho báu ẩn trong lòng đất, nên cầu nơi tay cầm cái bảo khiếp.**
>
> **Chân ngôn rằng: Án, phạ nhựt ra, bát thiết ca rị, yết nẵng hàm ra hồng.**

Thủ ấn 22: Bảo Khiếp Thủ, tức là thủ ấn tay cầm tráp báu. Chữ khiếp (篋) có nghĩa là cái tráp, cái hòm nhỏ, thường có nắp đậy, dùng để đựng châu báu quý giá hoặc những vật dụng nhỏ. Theo đoạn kinh này, nếu như muốn tìm được kho báu ẩn giấu thì nên cầu nơi tay cầm cái tráp báu của Bồ tát và niệm chú rằng: *Án, phạ nhựt ra, bát thiết ca rị, yết nẵng hàm ra hồng.*

Kinh văn

> **Nếu muốn được đạo tiên, nên cầu nơi tay cầm hóa hiện mây ngũ sắc.**
>
> **Chân ngôn rằng: Án, phạ nhựt ra, ca rị ra tra hàm tra.**

Thủ ấn 23. Ngũ Sắc Vân Thủ, tức là thủ ấn bàn tay hóa hiện mây năm sắc. Nếu muốn được đạo tiên, nên cầu nơi tay của Bồ tát hóa hiện mây năm sắc và trì tụng câu chú *Án, phạ nhựt ra, ca rị ra tra hàm tra.*

Kinh văn

> **Nếu muốn sanh lên cõi Phạm Thiên, nên cầu nơi tay cầm bình quân trì.**
>
> **Chân ngôn rằng: Án, phạ nhựt ra thế khê ra, rô tra hàm tra.**

Thủ ấn 24. Quân Trì Thủ, tức là thủ ấn tay cầm tịnh bình, hay bình đựng nước. Quân trì là phiên âm từ tiếng Phạn Kuṇḍikā, tức là cái bình đựng nước. Trong Phật giáo thì bình đựng nước là một trong 18 vật dụng thiết yếu của vị tỳ-kheo. Cõi Phạm Thiên có vị vua trời tên gọi là vua trời Đại Phạm. Nếu muốn được sinh lên cõi Phạm thiên nên cầu nơi tay cầm bình đựng nước của Bồ tát và trì tụng câu chú *Án, phạ nhựt ra thế khê ra, rô tra hàm tra.*

Kinh văn

> **Nếu muốn được sanh lên các cung trời, nên cầu nơi tay cầm hoa sen hồng.**
>
> **Chân ngôn rằng: Án, thương yết lệ, tát phạ hạ.**

Thủ ấn 25. Hồng Liên Hoa Thủ, tức là thủ ấn tay cầm hoa sen màu hồng. Nếu muốn được sinh lên các cung trời, nên cầu nơi tay cầm hoa sen hồng và trì niệm câu chú: *Án, thương yết lệ, tát phạ hạ.*

Kinh văn

> **Nếu muốn xua đuổi giặc nghịch ở phương khác đến, nên cầu nơi tay cầm cây bảo kích.**
>
> **Chân ngôn rằng: Án, thảm muội dã, chỉ nãnh hạ rị, hồng phấn tra.**

Thủ ấn 26. Bảo Kích Thủ, tức là thủ ấn tay cầm cây kích báu. Kích là một loại binh khí thời cổ, có cán dài và mũi nhọn như cây giáo, nhưng hoặc có đến 3 mũi nhọn, hoặc có gắn thêm lưỡi búa sắc bén ở đầu. Thủ ấn này thường dành cho vua quan, những vị tướng lĩnh. Nếu muốn đánh thắng giặc thì nên cầu nơi tay cầm cây kích báu của Bồ tát Quán Thế Âm và trì niệm câu chú *Án, thảm muội dã, chỉ nãnh hạ rị, hồng phấn tra.*

Kinh văn

> **Nếu muốn triệu tất cả chư thiên thiện thần, nên cầu nơi tay cầm ống loa báu.**
>
> **Chân ngôn rằng: Án, thương yết lệ, mạ hạ thảm mãn diệm, tát phạ hạ.**

Thủ ấn 27. Bảo Loa Thủ, tức là thủ ấn tay cầm vỏ ốc báu. Trong mật tông Tây Tạng có sử dụng vỏ ốc để thổi lên âm thanh vang rất xa, gọi là tù và, được dùng như một pháp khí khi cử hành các lễ nghi Phật giáo. Vì vậy, theo kinh văn ở đây thì muốn triệu thỉnh chư thiên, thiện thần, nên cầu nơi tay cầm vỏ ốc báu của Bồ tát và trì tụng câu chú *Án, thương yết lệ, mạ hạ thảm mãn diệm, tát phạ hạ.*

Kinh văn

Nếu muốn sai khiến tất cả quỷ thần, nên cầu nơi tay cầm cây gậy đầu lâu.

Chân ngôn rằng: Án, độ nẵng, phạ nhựt ra.

Thủ ấn 28. Độc Lâu Trượng Thủ, tức thủ ấn tay cầm cây gậy có gắn đầu lâu ở một đầu gậy. Trên đầu gậy có gắn một cái đầu lâu. Muốn sai khiến quỷ thần thì cầu nơi tay cầm gậy này của Bồ Tát và hành trì mật chú: *Án, độ nẵng, phạ nhựt ra.*

Kinh văn

Nếu muốn mười phương chư Phật sớm đến đưa tay tiếp dẫn, nên cầu nơi tay cầm xâu chuỗi ngọc.

Chân ngôn rằng: Nẵng mồ, ra đá nẵng, đát ra dạ dã. Án, a na bà đế vĩ nhã duệ. Tất địa tất đà lật đế, tát phạ hạ.

Thủ ấn 29. Sổ Châu Thủ, tức là thủ ấn tay cầm xâu chuỗi, tràng hạt. Chữ sổ (數) nghĩa là đếm, sổ châu là chuỗi hạt người tu tập dùng để đếm khi niệm Phật hoặc trì chú. Nếu muốn mười phương chư Phật sớm đưa tay tiếp dẫn nên cầu nơi tay cầm xâu chuỗi ngọc của Bồ tát và trì niệm chú: *Nẵng mồ, ra đá nẵng, đát ra dạ dã. Án, a na bà đế vĩ nhã duệ. Tất địa tất đà lật đế, tát phạ hạ.*

Kinh văn

Nếu muốn có được tất cả phạm âm thanh tốt nhiệm mầu, nên cầu nơi tay cầm chiếc linh báu.

Chân ngôn rằng: Nẵng mồ bát ra hàm bá noa duệ. Án, a mật lật đảm, nghiễm bệ thất rị duệ, thất rị, chiếm rị nảnh, tát phạ hạ.

Thủ ấn 30. Bảo Đạc Thủ, tức là thủ ấn tay cầm chiếc linh báu. Chữ *đạc* (鐸) là cái chuông lắc, tức là được chế tạo để khi lắc trên tay thì phát ra âm thanh. Ngày xưa loại chuông lắc này được dùng như một công cụ để ra hiệu lệnh. Trong Phật giáo thì sử dụng như một loại pháp khí trong nghi lễ và gọi là cái linh. Nếu muốn có được tất cả phạm âm thanh tốt nhiệm mầu, nên cầu nơi tay cầm chiếc linh báu và trì tụng câu chú: *Nẵng mồ bát ra hàm bá noa duệ. Án, a mật lật đảm, nghiễm bệ thất rị duệ, thất rị, chiếm rị nảnh, tát phạ hạ.*

Kinh văn

> **Nếu muốn được miệng nói biện luận hay khéo, nên cầu nơi tay cầm chiếc ấn báu.**
>
> **Chân ngôn rằng: Án, phạ nhựt ra, nảnh đảm nhá duệ, tát phạ hạ.**

Thủ ấn 31. Bảo Ấn Thủ, tức là thủ ấn tay cầm ấn báu. Chữ *ấn* (印) có nghĩa là con dấu, thường được làm bằng gỗ, nhưng loại do vua chúa dùng cũng có thể làm bằng ngọc quý, gọi là ngọc ấn, ngọc tỷ (玉璽). Trên con dấu này có khắc dấu hiệu riêng của người sử dụng, để khi đóng dấu này lên một bản văn thì có giá trị tạo niềm tin, do đó cũng gọi là ấn tín (印信). Nếu muốn được miệng nói biện luận hay khéo, nên cầu nơi tay cầm chiếc ấn báu của Bồ Tát và trì tụng chân ngôn: *Án, phạ nhựt ra, nảnh đảm nhá duệ, tát phạ hạ.*

Kinh văn

> **Nếu muốn được thiên thần, long vương thường đến ủng hộ, nên cầu nơi tay cầm câu thi thiết câu.**
>
> **Chân ngôn rằng: Án, a rô rô, đa ra ca ra, vĩ sa duệ, nẵng mồ tát phạ hạ.**

Thủ ấn 32. Câu-thi Thiết Câu Thủ, tức là thủ ấn tay cầm cây thiết câu. Chữ *câu-thi* là phiên âm từ Phạn ngữ aṅkuśa, cũng được đọc là *câu-xa, ương-câu-thi* hay *ương-câu-xa*, đều cùng nghĩa chỉ một loại binh khí cán dài, ở đầu có móc câu bằng sắt, người Trung Hoa gọi là *khúc câu* (曲鉤). Tên gọi *câu-thi thiết câu* là kết hợp cả hai cách vừa phiên âm vừa dịch nghĩa. Loại binh khí này được dùng làm biểu tượng cho sự triệu tập, chiêu mộ. Vì vậy, theo kinh văn thì *"Nếu muốn được thiên thần, long vương thường đến ủng hộ, nên cầu nơi tay cầm câu-thi thiết câu"* của Bồ tát và trì niệm thần chú: *Án, a rô rô, đa ra ca ra, vĩ sa duệ, nẵng mồ tát phạ hạ.*

Kinh văn

> **Nếu vì lòng từ bi muốn cho tất cả chúng sanh được nhờ sự che chở giúp đỡ, nên cầu nơi tay cầm cây tích trượng.**
>
> **Chân ngôn rằng: Án, na lật thế, na lật thế, na lật tra bát để, na lật đế na dạ bát nảnh, hồng phấn tra.**

Thủ ấn 33. Tích Trượng Thủ, tức là thủ ấn tay cầm cây tích trượng. Tích trượng (錫杖) hay thiền trượng là cây gậy các vị tăng sĩ cao niên thường sử dụng. Nếu vì lòng từ bi mà muốn cho tất cả chúng sanh đều được che chở, giúp đỡ thì hãy cầu nơi tay cầm cây tích trượng của Bồ tát và trì tụng thần chú: *Án, na lật thế, na lật thế, na lật tra bát để, na lật đế na dạ bát nảnh, hồng phấn tra.*

Kinh văn

> **Nếu muốn cho tất cả chúng sanh thường cung kính yêu mến nhau, nên cầu nơi tay hiệp chưởng.**
>
> **Chân ngôn rằng: Án, bát nạp mạng, nhá lăng hất rị.**[1]

[1] Theo Tạng bản lại có chân ngôn: Án vĩ tát ra, vĩ tát ra, hồng phấn tra.

Thủ ấn 34. Hiệp Chưởng Thủ, tức là thủ ấn hai bàn tay chắp lại. Tất cả chúng sanh đều cung kính, yêu mến nhau, đó là điều ai cũng mong muốn nhưng không phải dễ thực hiện. Khi mình tôn trọng người khác và người khác tôn trọng mình, đó là sự tương kính. Điều này rất quan trọng trong ứng xử, dù là trong đạo tràng hay trong gia đình. Khổng Tử có nói: *Phu phụ tương kính như tân* (夫婦相敬如賓), có nghĩa là: *"Vợ chồng kính trọng lẫn nhau như đối với khách đến nhà."* Đây là một trong những bí quyết để duy trì sự hòa hợp. Trong đạo tràng với nhau cũng vậy, khi thường xuyên gặp gỡ, tiếp xúc rồi thì rất dễ mất đi sự tương kính. Nhưng nếu mình đối xử với ai cũng giữ được sự kính trọng như đối với người khách đến thăm nhà, thì tự nhiên người ấy cũng sẽ kính trọng lại mình, từ đó mới có sự tương kính, nhờ đó mới có được sự hòa hợp.

Họ đến với đạo tràng tức là họ muốn giải quyết cái nghiệp của họ rồi, họ đang muốn tu chỉnh cái nghiệp của họ; tự nhiên, an lạc, hạnh phúc đâu chẳng thấy, lại mang về nhà một bầu khổ đau. Sự thật, có người đi về rồi đau khổ hơn.

Nếu muốn giữ được sự tương kính, yêu mến nhau thì nên cầu nơi hai bàn tay chắp lại của Bồ tát Quán Thế Âm. Chắp tay là dấu hiệu chào nhau bằng sự cung kính. Cho nên khi chúng ta chắp tay lại, tâm mình sẽ lập tức trở nên khiêm cung, từ ái, biết thương yêu kính trọng người khác. Chúng ta cầu nơi tay hiệp chưởng của Bồ tát Quán Thế Âm và trì tụng thần chú Án, bát nạp mạng, nhá lăng hất rị thì sẽ được như nguyện.

Kinh văn

Nếu muốn tùy theo chỗ sinh, thường ở bên Phật, nên cầu nơi tay hiện hóa Phật.

Chân ngôn rằng: Án chiến na ra, ba hàm tra rị, ca rị na, chỉ rị na, chỉ rị nỉ, hồng phấn tra.

Thủ ấn 35. Hóa Phật Thủ, tức là thủ ấn nơi tay hiện ra vị Hóa Phật. Hóa Phật tức là vị Phật được hóa hiện ra từ thần thông và nguyện lực của một vị Phật. Khi một đức Phật ra đời ở một thế giới, ngài có thể dùng thần thông và nguyện lực để hóa hiện ra vô số các vị Hóa Phật cũng giống hệt như ngài để hoa độ ch trong khắp các thế giới khác. Thủ ấn này của Bồ tát Quán Thế Âm là trên lòng bàn tay ngài cũng hiện ra một vị hóa Phật như vậy. Do đó, "*nếu muốn tùy theo chỗ sinh, thường ở bên Phật, nên cầu nơi tay hiện hóa Phật*" của Bồ tát và trì tụng câu chú: *Án, chiến na ra, ba hàm tra rị, ca rị na, chỉ rị na, chỉ rị nỉ, hồng phấn tra.*

Kinh văn

Nếu muốn đời đời kiếp kiếp thường ở trong cung điện Phật, không thọ sanh ở bào thai, nên cầu nơi tay hiện hóa cung điện.

Chân ngôn rằng: Án vi tát ra, vi tát ra, hồng phấn tra.

Thủ ấn 36. Hóa Cung Điện Thủ, tức là thủ ấn trong lòng bàn tay hóa hiện hình tượng cung điện. Nếu muốn được đời đời kiếp kiếp thường ở trong cung điện Phật, không phải thọ sinh trong bào thai, nên cầu nơi tay hóa hiện cung điện của Bồ tát và trì tụng chân ngôn: *Án, vi tát ra, vi tát ra, hồng phấn tra.*

Kinh văn

Nếu muốn được học rộng nghe nhiều, nên cầu nơi tay cầm quyển kinh báu.

Chân ngôn rằng: Án a hạ ra, tát ra phạ ni, nễ dã đà ra, bố nễ đế, tát phạ hạ.

Thủ ấn 37. Bảo Kinh Thủ, tức là thủ ấn trên tay cầm quyển kinh báu. Trên tay Bồ tát Thiên Thủ Thiên Nhãn cầm quyển kinh báu. Quyển kinh đó là tượng trưng cho tất cả kinh điển, Phật pháp. Chúng ta cầu nơi tay cầm kinh báu của Bồ tát Quán Thế Âm thì sẽ được có tâm học rộng nghe nhiều. Học rộng nghe nhiều cần một sự phát tâm dũng mãnh, cần phải có chí cầu thị, nghĩa là phải luôn biết chấp nhận những sai sót, khiếm khuyết của mình để cầu đạt được lẽ phải, đạt được chân lý. Có như vậy thì sức học của mình mới ngày càng phát triển, vì nếu bám chấp vào những kiến chấp sai lầm của mình thì sẽ không học hỏi thêm được gì nữa. Muốn được học rộng nghe nhiều thì nên cầu nơi tay cầm kinh báu của Bồ tát Quán Thế Âm và trì tụng chân ngôn: *Án a hạ ra, tát ra phạ ni, nễ dã đà ra, bố nễ đế, tát phạ hạ.*

Kinh văn

Nếu muốn từ thân này cho đến thân thành Phật, tâm bồ-đề thường không lui sụt, nên cầu nơi tay cầm bất thối kim luân.

Chân ngôn rằng: Án thiết na di tả, tát phạ hạ.

Thủ ấn 38. Bất Thối Kim Luân Thủ, tức là thủ ấn tay cầm bánh xe vàng không thối chuyển. Mỗi ngày chúng ta đều tụng đọc: Tâm Bồ đề kiên cố. Chí tu học vững bền. Việc phát tâm Bồ-đề đã rất khó, vì cần phải có đủ niềm tin và ý chí, nhưng việc duy trì tâm Bồ-đề đã phát cũng không dễ dàng, vì thường có rất nhiều chướng duyên trên đường tu tập. Có người muốn tu tập, muốn học đạo, nhưng nếu gặp phải vị thầy không y pháp giảng dạy thì chẳng bao lâu họ sẽ thối thất tâm Bồ-đề. Người gặp chướng duyên như vậy cần phải biết chí thành sám hối, nỗ lực tu tập thì mới có thể giữ vững được tâm Bồ-đề.

Cho nên, để được tâm Bồ-đề không thối thất, nên cầu nơi tay cầm bánh xe vàng không thối chuyển của Bồ tát Quán Thế Âm và trì tụng chân ngôn: *Án, thiết na di tả, tát phạ hạ.*

Kinh văn

Nếu muốn mười phương chư Phật mau đến xoa đầu thọ ký, nên cầu nơi tay đỉnh thượng hóa Phật.

Chân ngôn rằng: Án, phạ nhựt rị ni, phạ nhựt lãm nghệ tát phạ hạ.

Thủ ấn 39. Đỉnh Thượng Hóa Phật Thủ, tức là thủ ấn hai bàn tay đưa lên trên đỉnh đầu và giữa hai lòng bàn tay hóa hiện hình tượng Phật. Nếu muốn mười phương chư Phật mau đến xoa đầu thọ ký thì nên cầu nơi tay đỉnh thượng hóa Phật và trì tụng chân ngôn: *Án, phạ nhựt rị ni, phạ nhựt lãm nghệ tát phạ hạ.*

Kinh văn

Nếu muốn có được cây trái ngũ cốc, nên cầu nơi tay cầm chùm bồ đào.

Chân ngôn rằng: Án, a ma lã kiếm đế nễ nãnh, tát phạ hạ.

Thủ ấn 40. Bồ Đào Thủ, tức là thủ ấn tay cầm chùm nho. Nếu muốn có được cây trái ngũ cốc, nên cầu nơi tay cầm chùm nho của Bồ tát và trì tụng chân ngôn: *Án, a ma lã kiếm đế nễ nãnh, tát phạ hạ.*

Kinh văn

Nếu muốn cho tất cả loài hữu tình đói khát được no đủ mát mẻ, nên cầu nơi tay hóa nước cam lộ.

Chân ngôn rằng: Án tố rô tố rô bác ra tố rô, bác ra tố rô, tố rô dã, tát phạ hạ.

Thủ ấn 41. Cam Lộ Thủ, tức là thủ ấn từ nơi bàn tay hóa hiện nước cam lộ. Nếu muốn cho tất cả loài hữu tình đói khát được no đủ mát mẻ, nên cầu nơi tay hóa nước cam lộ của Bồ Tát và trì tụng chân ngôn: *Án, tố rô tố rô bác ra tố rô, bác ra tố rô, tố rô dã, tát phạ hạ.*

Kinh văn

> **Nếu muốn hàng phục ma oán trong cõi đại thiên, nên cầu nơi tay tổng nhiếp thiên tý thủ.**
>
> **Chân ngôn rằng: Đát nễ dã thá, phạ lồ chỉ đế, thấp phạ ra dã, tra ô hạ di dã, sá phạ ha.**

Thủ ấn 42. Tổng Nhiếp Thiên Tý Thủ, tức là thủ ấn có công năng tổng nhiếp tất cả một ngàn cánh tay của Bồ tát. Tổng nhiếp thiên tý thủ ấn là đặt bàn tay này trên bàn tay kia, hai đầu ngón cái vừa chạm nhẹ vào nhau. Lúc ngồi thiền hai bàn tay cũng phải để như vậy. Thủ ấn này có thể hàng phục được tất cả các loại chướng ngại và ma oán, dù là từ trong nội tâm sinh ra hay từ bên ngoài xâm nhập vào. Cho nên, khi ngồi thiền lúc nào cũng nên đặt hai bàn tay theo thủ ấn này. Nếu muốn hàng phục ma oán trong cõi đại thiên, nên cầu nơi tay tổng nhiếp ngàn cánh tay của Bồ tát và trì tụng chân ngôn: *Đát nễ dã thá, phạ lồ chỉ đế, thấp phạ ra dã, tra ô hạ di dã, sá phạ ha.*[1]

---

[1] Về 42 thủ ấn này, trong nguyên bản Hán văn kinh Thiên Thủ Thiên Nhãn Quán Thế Âm Bồ Tát Quảng Đại Viên Mãn Vô Ngại Đại Bi Tâm Đà La Ni [千手千眼觀世音菩薩廣大圓滿無礙大悲心陀羅尼經] (Đại Chánh Tạng, Tập 20, kinh số 1060) do ngài Già-phạm Đạt-ma Hán dịch chỉ có 40 thủ ấn, không có hai thủ ấn cuối cùng là Cam Lộ Thủ và Tổng Nhiếp Thiên Tý Thủ, đồng thời cũng không có các câu chân ngôn sau mỗi thủ ấn. Khi Việt dịch, chắc chắn Hòa thượng Thích Thiền Tâm đã tham khảo từ các bản kinh khác để bổ sung những phần này. Một số bản kinh liên quan có thể đã được dùng để bổ sung là Thiên Thủ Thiên Nhãn Quán Thế Âm Bồ Tát Đại Bi Tâm Đà La Ni [千手千眼觀世音菩薩大悲心陀羅尼] (Đại Chánh Tạng, Tập 20, kinh số 1064) do ngài Bất Không Hán dịch, và Thiên Thủ Thiên Nhãn Quán Thế Âm Bồ Tát Mẫu Đà

Kinh văn

Này A Nan! Những việc có thể mong cầu như thế, kể có ngàn điều. Nay ta chỉ nói lược qua chút ít phần thôi.

Bồ tát Quán Thế Âm có ngàn mắt ngàn tay nên những điều mong cầu như thế có cả ngàn điều. Nay ta chỉ nói lược qua chút ít phần thôi. Tức là những điều đã kể trên, những công năng đáp ứng sự mong cầu của người thực hành 42 thủ ấn, cũng chỉ là một phần rất nhỏ so với hết thảy những công năng diệu dụng của đức Bồ Tát Quán Thế Âm. Những gì đã nói chỉ là kể ra sơ lược một phần nhỏ mà thôi.

Kinh văn

Khi ấy Nhật Quang Bồ Tát vì người thọ trì Đại Bi Tâm Đà-la-ni nói đại thần chú để ủng hộ rằng:

Nam mô bột đà cù na mê. Nam mô đạt ma mạc ha đê. Nam mô tăng già, đa dạ nê, đế chỉ bộ tất đát đốt chiêm nạp ma.[1]

Lúc này, ngài Nhật Quang Bồ tát cũng vì người thọ trì Đại Bi Tâm Đà-la-ni mà nói ra câu chú của mình.

Kinh văn

Nhật Quang Bồ tát bạch Phật: Bạch đức Thế Tôn! Tụng chú này diệt được tất cả tội, cũng đuổi được ma và trừ thiên tai.

La Ni Thân Kinh [千手千眼觀世音菩薩姥陀羅尼身經] (Đại Chánh Tạng, Tập 20, kinh số 1058) do ngài Bồ-đề Lưu-chí Hán dịch.

[1] Nguyên bản Hán văn câu chú này viết là: 南無勃陀瞿那迷。南無達摩莫訶低。南無僧伽多夜泥。底哩部畢薩咄檐納摩。Chúng tôi tham khảo bản dịch Anh ngữ của Silfong Tsun dẫn Phạn ngữ viết là: *Namo Buddha Kunami, Namo Dharma Mahadi, Namo Sangha Tayeni, Dhri Bhu Bhi Sattva Yam Namo*. Qua đó chúng tôi ngờ rằng chữ *diêm* (檐) ở gần cuối câu chú, tương ứng với chữ *Yam*, không thể đọc là *chiêm* như trong bản dịch.

Nếu kẻ nào tụng chú này một biến, lễ Phật một lạy, mỗi ngày chia ra làm 3 thời tụng chú lễ Phật như thế, trong đời vị lai tùy theo chỗ thọ thân, thường được tướng mạo xinh đẹp, được quả báo đáng vui mừng.

Tức là người nào mong cầu về sau có được thân tướng đẹp đẽ thì nên tụng câu chú của Nhật Quang Bồ tát.

Kinh văn

Nguyệt Quang Bồ tát cũng vì hành nhân mà nói đà-la-ni để ủng hộ rằng: Thâm đê đế đồ tô tra. A nhã mật đế đồ tô tra, thâm kỳ tra. Ba lại đế. Gia di nhã tra ô đô tra. Câu la đế tra kỳ ma tra. Sá phạ hạ.

Nguyệt Quang Bồ tát lại bạch Phật: Bạch đức Thế Tôn! Tụng chú này 5 biến, rồi lấy chỉ ngũ sắc xe thành sợi niệt, gia trì chú vào, buộc tréo nơi tay. Chú này do 40 hằng sa chư Phật đời quá khứ đã nói ra, nay con cũng nói, để vì các hành nhân mà làm duyên ủng hộ. Chú này có công năng trừ tất cả chướng nạn, tất cả bệnh ác, xa lìa tất cả sự sợ hãi.

Lấy chỉ ngũ sắc xe thành niệt, gút gút lại và đọc chú gia trì vào đó. Khi gia trì như vậy thì cầm sợi dây trên tay của mình, mỗi khi tụng xong một biến thì gút lại một gút. Lưu ý là khi làm phải nín thở, nếu vừa thở vừa gút thì không có tác dụng.

"Vì chú này do 40 hằng sa chư Phật đời quá khứ đã nói ra, nay tôi cũng nói để vì các hành nhân mà làm duyên ủng hộ. Chú này có công năng trừ tất cả chướng nạn, tất cả bệnh ác, xa lìa tất cả sự sợ hãi." Người nào thường sợ hãi có thể sử dụng câu chú này, rất ngắn gọn.

Kinh văn

Đức Phật bảo ngài A Nan: Ông nên dùng lòng trong sạch tin sâu mà thọ trì môn Đại Bi tâm đà-la-ni này và lưu bố rộng ra trong cõi Diêm Phù Đề, chớ cho đoạn tuyệt. Đà-la-ni này có thể làm lợi ích lớn cho chúng sanh trong 3 cõi. Tất cả bịnh khổ ràng buộc nơi thân, nếu dùng Đà-la-ni này mà trị thì không bịnh nào chẳng lành. Dùng đại thần chú này tụng vào cây khô, cây ấy còn được sanh cành lá, trổ bông, trái, huống chi là chúng sanh có tình thức ư? Nếu thân bị đại bịnh, dùng chú này mà trị không lành, lẽ ấy không bao giờ có.

Lòng trong sạch là dứt sạch vọng niệm, không có vọng cầu. Sự phát nguyện khác với vọng cầu. Nguyện cầu là tâm nguyện mong muốn đạt được điều gì tốt đẹp, còn vọng cầu thì lại có yếu tố tham lam. Chẳng hạn như mình không muốn nỗ lực hành động mà chỉ muốn dựa vào tha lực của chư Phật, Bồ tát, muốn các ngài làm thay cho mình. Đó không phải tâm nguyện mà là vọng cầu.

Còn nếu mình chí thành cầu nguyện Bồ tát Quán Thế Âm gia hộ cho được Bồ-đề tâm kiên cố, được xa lìa những phiền não, xa lìa những oan gia trái chủ hoặc xa lìa ma vương quậy phá thì đó không phải là vọng cầu, không phải vì lòng tham. Chúng ta cầu nguyện như vậy, nếu chí thành thì sẽ được Bồ tát gia hộ.

Cũng giống như khi có bệnh thì phải khai báo, bác sĩ mới biết để chữa trị cho mình, khi mình có phiền não, có chướng nạn thì mình phải cầu nguyện mới được Bồ tát gia hộ.

Ngày xưa, khi ngài Huyền Trang đi Ấn Độ thỉnh kinh cũng từng gặp những chướng nạn tưởng như không thể vượt qua. Chính nhờ sự cầu nguyện mà ngài đã cảm được sự linh ứng cứu giúp của Bồ Tát. Hãy nghe Hòa thượng Thích Minh Châu mô tả lại chuyện này trong tác phẩm "Huyền Trang - Nhà chiêm bái và học giả", được ngài viết bằng Anh ngữ và được Ni sư Thích Nữ Trí Hải dịch sang tiếng Việt:

"... khi Ngài đi đến sa mạc Mạc-hạ-diên,[1] rộng đến hơn 800 lý và trong khoảng đường dài thăm thẳm ấy, không có một con chim bay trên trời, không một con thú nào chạy dưới đất, một mình Ngài Huyền Trang bước từng bước một, cô độc một bóng một thân. Sau khi đi được 100 dặm, Ngài lạc đường. Ngài mở bị nước để uống không ngờ sẩy tay làm tất cả nước uống phòng bị dự trữ để giúp Ngài qua bãi sa mạc này đều bị đổ xuống hết sạch. Khi ấy Ngài quá chán nản, thất vọng và định lui bước trở về. Nhưng khi Ngài lui về được trăm dặm, Ngài tự trách rằng:

"'Trước kia ta thề không lui một bước hướng Đông nếu ta chưa đến được cõi Diêm Phù Đề. Sao nay ta lại làm như vậy? Ta thà đến được Tây Vức mà chịu chết còn hơn trở về Đông độ mà được sống.'

"Nói vậy, Ngài liền trở lui và hướng phía tây bắc mà tiến, chống chỏi với bãi sa mạc mênh mông, dưới ánh mặt trời thiêu cháy và không còn một giọt nước vào miệng. Bốn ngày và bốn đêm, Ngài kiên nhẫn tiến bước, trong khi ấy ban ngày thì cuồng phong nổi dậy chôn Ngài dưới mưa rào cát nóng và ban đêm thì ma quỷ lấp lánh chói sáng như sao giữa trời. Trước những đợt tấn công độc ác nguy hiểm ấy, tâm Ngài vẫn bình tĩnh, không sợ hãi. Nhưng Ngài khốn khổ nhiều vì thiếu nước uống. Trải bốn đêm và năm ngày không có lấy một giọt nước thấm ướt cổ họng khát bỏng của Ngài. Cuối cùng không thể nào cất bước

[1] Tức sa mạc Sahara (chú thích của chúng tôi).

được nữa, Ngài ngã quỵ xuống đất và niệm danh hiệu Đức Quán Thế Âm. May thay cho Ngài, giữa đêm ngày thứ năm một luồng gió mát thổi lên và thấm nhuần tay chân ngài. Ngài cảm thấy tươi tỉnh lại, như vừa được tắm nước lạnh mát. Thế là Ngài được cứu sống bởi phép lạ và Ngài lại hăng hái lên đường."

Đây chính là sự gia hộ của Bồ tát giúp cho Ngài đi thỉnh kinh. Đối với chúng ta cũng vậy, nếu không nguyện cầu Bồ tát thì làm sao có sự gia hộ? Đó gọi là hữu cầu tất ứng, phải có sự chiêu cảm từ việc mình thành tâm cầu nguyện. Do đó, muốn có sự chiêu cảm linh ứng thì phải giữ lòng trong sạch, tin sâu, tin một cách chắc chắn vào sự mầu nhiệm của câu chú Đại Bi.

"...thọ trì môn Đại Bi tâm Đà-la-ni này và lưu bố rộng ra trong cõi Diêm Phù Đề, chớ cho đoạn tuyệt."

Như trên đã nói, muốn thọ trì môn Đại Bi Tâm Đà-la-ni này phải giữ tâm trong sạch, thanh tịnh. Kinh Đại Bát Niết-bàn nói về việc giữ tâm thanh tịnh rất đầy đủ:

Chư ác mạc tác,
Chúng thiện phụng hành,
Tự tịnh kỳ ý,
Thị chư Phật giáo.

(Không làm các việc ác,
Làm tất cả việc lành,
Tự giữ tâm trong sạch,
Chính lời chư Phật dạy.)

Không làm các việc ác. Vậy thế nào là việc ác và từ đâu sinh ra? Đó là những việc gây tổn hại cho chính mình và người khác, sinh ra từ thân, khẩu và ý. Giữ được ý hiền thiện là quan trọng nhất. Nếu như thân không làm việc ác, miệng không nói lời ác, nhưng trong đầu còn suy nghĩ điều ác thì đó chưa phải là tâm ý trong sạch.

Dứt các điều ác, làm các điều lành. Nhưng, quan trọng là tâm không bám chấp vào việc lành mình đã làm, cũng không ngã mạn, không tự cao tự đại. Đó mới chính là lòng trong sạch. Chư Bồ tát làm tất cả những việc lợi ích cho chúng sanh nhưng các ngài không thấy mình đã làm được một chút gì. Cho nên, các ngài làm mãi mà vẫn không thấy đủ. Còn chúng ta thì chưa làm được bao nhiêu đã tự thấy mình có quá nhiều công đức rồi, đầy đủ rồi. Đó là dấu hiệu của sự ngã mạn, không thể chiêu cảm được công đức viên mãn. Cho nên, phải giữ được tâm mình trong sạch mới có thể thọ trì và lưu bố được môn Đại bi tâm đà-la-ni này.

"Đà-la-ni này có thể làm lợi ích lớn cho chúng sanh trong ba cõi". Ba cõi tức là Dục giới, Sắc giới và Vô sắc giới. Tất cả bệnh khổ ràng buộc nơi thân, nếu dùng Đà-la-ni này mà trị thì không bệnh nào chẳng lành. *"Dùng đại thần chú này tụng vào cây khô, cây ấy còn được sinh cành lá, trổ bông, trái, huống chi là chúng sanh có tình thức ư?"*

Những câu kinh như thế này chúng ta cảm thấy như rất khó tin. Nhưng trong thực tế, những chuyện nhiệm mầu như vậy đã từng xảy ra nhiều lần. Tuy nhiên, muốn tạo ra được những sự nhiệm mầu như vậy, người gia trì thần chú cần phải đủ năng lực, đạo lực.

Ở gần chùa thầy có một vị cư sĩ. Ông không biết chữ nhưng có lòng tin tuyệt đối vào Chú Đại Bi và đã hành trì được 40 năm rồi. Thầy có một cây mai cảnh rất quý, sau khi nó chết khoảng 4, 5 năm, thầy đưa cho ông cư sĩ này rồi nói: *"Ông hãy dùng thần chú Đại Bi làm cho cây mai này sống lại."* Thế là ông làm được. Điều này phải tận mắt thấy thì mới tin được. Suốt ba tháng, ông cứ để yên cây mai ngay trước mặt mà trì chú, đêm nào cũng trì chú. Vậy là cây mai dần dần tươi trở lại. Sau đó, nó nứt ra mấy cái mầm, thực sự là nó đã sống lại.

Cho nên, đoạn kinh này rất chính xác. Cái cây đã chết rồi mà còn sống lại được như vậy, huống chi là đối với con người có tình thức thì chắc chắn tác dụng sẽ còn vi diệu hơn. Cho nên kinh văn nói: *"Nếu thân bị đại bệnh dùng chú này mà trị không lành, lẽ ấy không bao giờ có."*

Kinh văn

Này thiện nam tử! Sức oai thần của Đại Bi tâm Đà-la-ni không thể nghĩ bàn! Không thể nghĩ bàn! Khen ngợi không bao giờ hết được, nếu chẳng phải là kẻ từ thời quá khứ lâu xa đến nay đã gieo nhiều căn lành, thì dù cho cái tên gọi còn không được nghe, huống chi là được thấy!

Không thể nghĩ bàn, không thể nghĩ bàn. Câu kinh được lặp lại như thế là để nhấn mạnh mức độ miêu tả. Khen ngợi không bao giờ hết được, nếu chẳng phải là kẻ từ thời quá khứ lâu xa đến nay đã gieo nhiều căn lành, thì dù cho cái tên gọi còn không được nghe, huống chi là được thấy! Cho nên tin chắc một điều là, ở trong đạo tràng này, cho dầu người mới vào đạo hoặc người đã thuộc chú Đại Bi, chúng ta cũng đều có một điều may mắn, đó là chúng ta đã gieo duyên lành rất lớn, từ nhiều đời nhiều kiếp, nên hôm nay chúng ta mới nghe được thần chú này, chúng ta được học bản kinh này và hành trì chú Đại Bi.

Trong tất cả đạo tràng tu tập, cứ khởi đầu tụng kinh là phải tụng chú Đại Bi trước, chùa nào cũng vậy. Luôn luôn tụng chú Đại Bi trước rồi mới tụng kinh, thành thói quen lâu rồi, không ai thắc mắc gì nữa. Như vậy đủ thấy sức diệu dụng của chú Đại Bi mầu nhiệm đến mức nào.

Kinh văn

Nay đại chúng các ông, cả hàng trời, người long thần, nghe ta khen ngợi phải nên tùy hỉ. Nếu kẻ nào hủy báng thần chú này tức là hủy báng 99 ức Hằng hà sa chư Phật kia. Nếu người nào đối với đà-la-ni này sanh nghi không tin, nên biết kẻ ấy sẽ vĩnh viễn mất sự lợi ích lớn, trăm ngàn muôn kiếp không bao giờ nghe thấy Phật, Pháp, Tăng, thường chìm trong tam đồ không biết bao giờ mới được ra khỏi.

Câu chú này do 99 ức hằng sa chư Phật tán thán ca ngợi, nếu mình phỉ báng cũng đồng nghĩa với việc phỉ báng 99 ức Hằng hà sa chư Phật. Nếu người nào đối với đà-la-ni này sinh nghi không tin, nên biết kẻ ấy sẽ vĩnh viễn mất sự lợi ích lớn. Nghi ngờ không tin thì không áp dụng, mà không áp dụng thì dĩ nhiên không được lợi ích. Nhưng còn hơn thế nữa, không khéo thì sẽ *"trăm ngàn muôn kiếp không bao giờ nghe thấy Phật, Pháp, Tăng, thường chìm trong tam đồ không biết bao giờ mới được ra khỏi"*.

Câu này mới nghe có vẻ như đức Phật đe dọa những người không tin vào câu chú này. Nhưng đó chính là thực tế chứ không phải đe dọa gì cả. Vì không tin Chú Đại Bi thì dĩ nhiên người này cũng không tin Phật, Pháp, Tăng. Không tin Phật, Pháp, Tăng là nhân, nên dẫn đến không được gặp Phật, Pháp, Tăng là quả. Không gặp được Phật, Pháp, Tăng thì không biết được Chánh pháp để tu tập, thiện pháp để thực hành, cuối cùng chỉ có con đường duy nhất là tích tạo ác nghiệp, phải đọa vào ba đường ác không biết đến bao giờ mới được ra khỏi. Tất cả những điều đó đều là sự vận hành tất yếu của nhân quả mà thôi.

Kinh văn

Khi ấy, tất cả chúng hội, Bồ tát Ma-ha-tát, Kim Cang Mật Tích, Phạm vương, Đế Thích, tứ đại thiên vương, thiên, long, quỷ thần, nghe đức Như Lai khen ngợi môn Đà-la-ni này xong, thảy đều vui mừng, y lời dạy mà tu hành.

Câu kinh cuối cùng này nêu rõ sự tin nhận vâng làm theo của tất cả chúng hội. Tuy đã nói đến "tất cả chúng hội" nhưng còn nhấn mạnh thêm những thành phần quan trọng trong đó. Đó là chư Đại Bồ tát (Bồ tát Ma-ha-tát), những vị sẽ phụng hành, truyền rộng giáo pháp này đến khắp các cõi thế giới. Đó là các vị Kim Cang Mật Tích, Phạm vương, Đế Thích, Tứ Đại Thiên Vương, những vị sẽ hộ trì giáo pháp này khắp trong Ba cõi. Đó còn là chư thiên, loài rồng, các vị quỷ thần, những vị sẽ hộ trì giáo pháp này trong hai cõi trời, người. Tất cả hội chúng như vậy, khi nghe đức Như Lai khen ngợi môn Đà-la-ni này xong thì đều vui mừng, tin nhận lời Phật dạy và kính cẩn, hoan hỷ làm theo.

Phần giảng giải Kinh Đại Bi Tâm Đà-la-ni đến đây là hết. Nguyện đem công đức giảng giải kinh này hồi hướng cho hết thảy chúng sanh trong mười phương pháp giới đều được nhiều lợi lạc, an lành. Nguyện cho hết thảy chúng sanh đều sớm gặp Phật pháp, phát tâm Bồ-đề, tinh tấn tu hành, trọn thành Phật đạo.

Nam-mô Chứng Minh Sư Bồ tát Ma-ha-tát.

HỒI HƯỚNG

Nguyện đem công đức này
Dâng cúng mười phương Phật
Phước lành xin hồi hướng
Cho tất cả chúng sinh
Nguyện đồng chứng Phật thân
Nguyện đồng thành Phật đạo

www.ingramcontent.com/pod-product-compliance
Lightning Source LLC
LaVergne TN
LVHW090930250826
846485LV00002B/30

9798634346267